ഗ്രീൻ ബുക്സ്
ഒരുന്മാദിയുടെ കുറിപ്പുകൾ
ഓഷോ

1931-ൽ മദ്ധ്യപ്രദേശിൽ ജനനം. ജബൽപൂർ സർവകലാശാലയിൽ ഫിലോസഫി അദ്ധ്യാപകനായിരുന്നു. പിന്നീട് മെഡിറ്റേഷൻ ടെക്നിക്കുകൾ വികസിപ്പിക്കുന്നതിൽ വ്യാപൃതനായി. 1974-ൽ പൂനെയിൽ ഓഷോ കമ്യൂൺ സ്ഥാപിച്ചു. 1985-ൽ അമേരിക്കൻ ഭരണകൂടം ഓഷോയെ തടവിലാക്കി. 1990-ൽ ദിവംഗതനായി.

ധ്യാൻ തർപ്പൺ: 1971ൽ തൃശൂരിൽ ജനനം. *കൃതികൾ:* ഒരു കപ്പ് ചായ, പൈൻമരങ്ങളിലെ പ്രാചീനസംഗീതം, ജസ്റ്റ് ലൈക്ക് ദാറ്റ്, സെൻ മജ്ജയും മാംസവും (വിവർത്തനം), കേദാർനാഥിലെ കാക്കകൾ (യാത്ര).

ഓഷോ
ഒരുന്മാദിയുടെ കുറിപ്പുകൾ

പരിഭാഷ
ധ്യാൻ തർപ്പൺ

ഗ്രീൻ ബുക്സ്

green books private limited
gb building, civil lane road, ayyanthole,
thrissur- 680 003, kerala, ph: +91 487-2381066, 2381039
website: www.greenbooksindia.com
e-mail: info@greenbooksindia.com

original title
notes of a madman

malayalam
orunmadiyute kurippukal
philosophy
by
osho

translated by
dhyan tarpan

first published august 2012
reprinted august 2017
osho international foundation. all rights reserved

cover design : rajesh chalode

branches:
thrissur 0487-2422515
palakkad 0491-2546162
kannur 0497-2763038
thiruvananthapuram 8589095301

isbn : 978-93-80884-83-7

---

no part of this publication may be reproduced,
or transmitted in any form or by any means,
without prior written permission of the publisher.

GBPL/433/2012

ബോധോദയത്തിലെത്തുന്നതിനായി ഒരുവൻ
ഒരു പുഷ്പത്തെപ്പോലെ
സരളവും മൃദുലവുമായിരിക്കേണ്ടതുണ്ട്;
അവന്,
ഒരു തൂവലിന്റെ ലാഘവമുണ്ടാകേണ്ടതുണ്ട്;
ഒരു മഴവില്ലിന്റെ ബഹു-തലവർണ്ണങ്ങൾ.

അവന്,
പ്രഭാതത്തിലെ പക്ഷികളുടേതുപോലുള്ള
ആഹ്ലാദമുണ്ടാവേണ്ടിയിരിക്കുന്നു.
അവന്,
മേഘങ്ങളുടെ സ്വാതന്ത്ര്യമുണ്ടാവേണ്ടിയിരിക്കുന്നു.
ഒന്നുമാത്രമേ ആവശ്യമുള്ളൂ;
ആനന്ദഭരിതമായ ഒരു ഹൃദയം-
പരമോന്നതമായിട്ടുള്ള എന്തിന്റെയെങ്കിലും
ഹർഷോന്മാദമല്ല,
സ്വർഗ്ഗത്തിൽ പ്രാപ്തമാവുന്ന ദിവ്യാനന്ദങ്ങളല്ല;
ഈ നിമിഷത്തിന്റെ ആനന്ദം.

ഇവിടെ
ഇപ്പോൾ;
നിങ്ങളുടെ കണ്ണുകൾ പൂർണ്ണമായും
ഈ നിമിഷത്തിൽ ആഴ്ന്നു നിൽക്കുമ്പോൾ;
മറ്റുയാതൊന്നുമില്ലാതിരിക്കുമ്പോൾ
-ഭൂതവുമില്ല, ഭാവിയുമില്ല;
ഈ നിമിഷം നിങ്ങളെ അത്രയ്ക്കും അഗാധമായി
ആവേശിച്ചുകഴിയുമ്പോൾ;
അതിതീവ്രമായി
യാതൊന്നും ബാക്കിയിടാത്ത വിധം
സ്നേഹസമ്പന്നമായി...

ഞാനതുകൊണ്ടാണു പറയുന്നത്
ആനന്ദപൂർണ്ണമായ സാധാരണതകളിൽ
നിങ്ങൾ ബുദ്ധനാണെന്ന്
—ബോധോദയത്തിലെത്തിയവൻ.
യാതൊരു ആദ്ധ്യാത്മിക
വിഡ്ഢിത്തങ്ങളുടേയും ആവശ്യമില്ല,
യാതൊരു അതീന്ദ്രിയ കാപട്യങ്ങളുടേയും...

എന്റെ ക്ഷണം
ലോകത്തിലെ ഉന്മാദികൾക്കുള്ളതാണ്,
ഭ്രാന്തരായവർക്ക്
ഞാൻ
ഒരുന്മാദിയുടെ
ബോധോദയത്തിലേക്കുള്ള വഴികാട്ടിയാണ്.

ഓഷോ
The Goose is out

പുഷ്പ സൗരഭ്യങ്ങൾക്കു സമാനമാണ് അവബോധ ധരണിയിലെ ഉന്മാദമെന്ന അവസ്ഥ - സാധാരണമായ സംവേദനാതിർത്തികളേയും അസ്തിത്വത്തിന്റെ നാനാവിധ ജീവിതമാനങ്ങളേയും ഉല്ലംഘിച്ച്, 'സ്വതന്ത്ര'മായി എന്നതിലുപരി 'സ്വതന്ത്ര്യ'മായിത്തന്നെ വിഹരിച്ചു കൊണ്ടിരിക്കുന്നത്. ഒരു ഉന്മാദിയോടുള്ള സാമീപ്യവും വിനിമയങ്ങളും ആത്മീയതയിലെ ആത്യന്തികമായ സാധനയാവുന്നത്, 'സ്വാതന്ത്ര്യ'ത്തിന്റെ ഈ അത്യപൂർവ്വ ദർശന സൗഭാഗ്യം കൊണ്ടാണ്.

അത്തരം സൗഭാഗ്യം സിദ്ധിച്ച നാലഞ്ചുപേരോട് ഓഷോ, തന്റെ ദന്ത ശുശ്രൂഷകൾക്കിടയ്ക്ക് Dental Chair - ൽ കിടന്നുകൊണ്ടുതന്നെ സംവദിച്ചതിന്റെ കേട്ടെഴുത്തുകളാണ് ഈ പേജുകളിലത്രയും. (Books I have loved എന്ന കൃതിയും ഇതേപോലെത്തന്നെ പ്രസിദ്ധീകരിക്കപ്പെട്ടിട്ടുള്ളതാണ്.)

വൈവിധ്യങ്ങളിൽ നിന്നും വൈവിധ്യങ്ങളിലേക്കു പകർന്നു പോകുന്നു വാക്കുകളുടെ വെൺമേഘശകലങ്ങൾ മൗനത്തിന്റെ വർഷധാരയായി മാറുകയാണ് ഈ തോന്ന്യാക്ഷരങ്ങളിൽ. യുക്തി ശാഠ്യങ്ങളും അർഥവ്യഗ്രതകളും തുടങ്ങി മനസ്സിന്റെ പതിവു ഭീരുത്വങ്ങളിൽനിന്നും പുറത്തുകടക്കുകയേ വേണ്ടൂ. ആനന്ദ മൗന-ഘോഷങ്ങളുടെ അനന്തവിസ്തൃതിയിലേക്ക് നാം ആനയിക്കപ്പെടുകയായി.

ഇതെനിക്കൊരു പരിഭാഷയല്ല. സൗന്ദര്യദീപ്തമായ മൗനശൃംഗങ്ങളുടെ ദർശനലഹരി (അതെത്ര വിദൂരമാണെങ്കിലും) മറ്റെങ്ങനെയാണ് പങ്കിടാനാവുക? ഓഷോയുടെ മനോഹരമായ ഒരു സെൻ പ്രയോഗമുണ്ട്.

Ah, This!

സ്നേഹത്തോടെ

ധ്യാൻതർപ്പൺ　　　　　　മുംബൈ

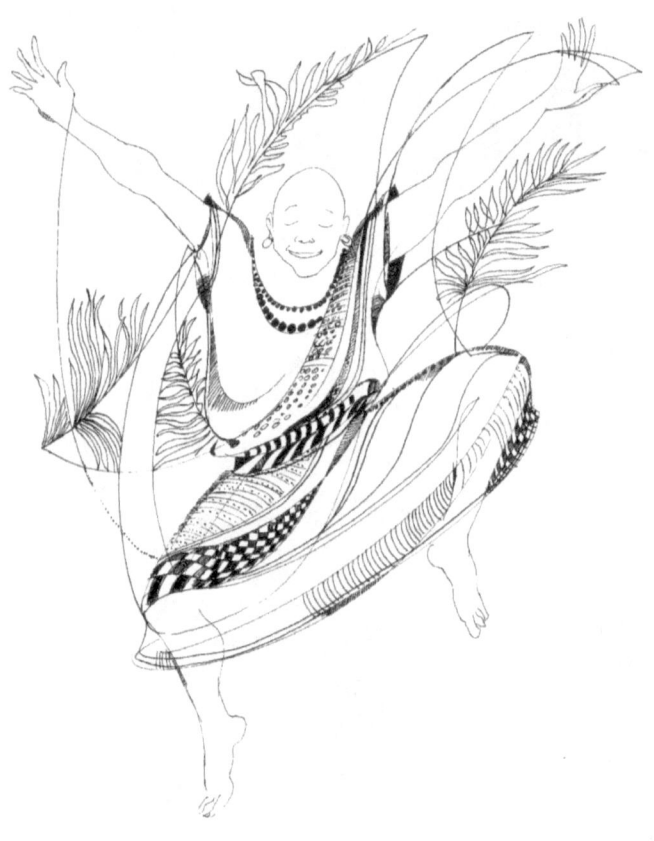

1

ഒരിക്കലും ഭയത്തിൽനിന്നും പ്രതികരിച്ചേക്കരുത്.
എന്റെ ശരീരത്തെപ്പറ്റി വേവലാതിപ്പെടേണ്ടതില്ല,
അതത്ര കാര്യമുള്ളതല്ല.
എന്റെ ശരീരത്തെയല്ല ശ്രദ്ധിക്കേണ്ടത്;
എന്നെയാണ്.
എന്റെ ശരീരം എല്ലായ്പ്പോഴും
ഒരല്പം അസാധാരണമായിട്ടുള്ളതാണ്....
അതങ്ങനെയായേ തീരൂ

ഒരിക്കൽ നിങ്ങൾ ബോധവാനായിത്തീർന്നാൽ
ശരീരത്തിന് പ്രജ്ഞയിന്മേലുള്ള
സ്വാധീനം നഷ്ടമാവാൻ തുടങ്ങുന്നു.

ഒരിക്കൽ നിങ്ങൾ ബോധവാനായിത്തീർന്നാൽ,
പിന്നെ നിങ്ങൾ ഈ ലോകത്തിന്റേതല്ല.
അതുകൊണ്ടാണ്,
ബോധോദയമുണ്ടായവർ മരിച്ചതിനുശേഷം
വീണ്ടും ജനിക്കാതിരിക്കുന്നത്.
അവന് വീണ്ടും ജനിക്കാനാവില്ല,
അതസാധ്യമാണ്.
അവന് ഇനിയൊരു ശരീരത്തെ പുല്കാനാവില്ല.
ഇതെന്റെ അവസാന ശരീരമാണ്.

നിങ്ങൾ ഭാഗ്യമുള്ളവരാണ്,
അവസാന ശരീരത്തിൽ കഴിയുന്ന
ഒരു വ്യക്തിയോടൊപ്പമുണ്ടാകാനായതിൽ.
എനിക്കിനി വീണ്ടും ജനിക്കാനാകില്ല, എന്തെന്നാൽ
ഞാൻ ചേതനയാണ്.

ഒരിക്കൽ നിങ്ങൾ സത്തയായിത്തീർന്നാൽ,
നിങ്ങൾക്കു പിന്നെ പുനർജനിക്കാനാവില്ല.
സത്തയിലാണ് കാര്യം
അനശ്വരമായിരിക്കുന്നത് സത്തയാണ്.
ശരീരങ്ങൾ വരികയും പോവുകയും ചെയ്യുന്നു;
സത്ത അതേപടി നിലകൊള്ളുന്നു.
ശരീരങ്ങൾ ജനിക്കുകയും മരിക്കുകയും ചെയ്യുന്നു;
സത്തയാകട്ടെ
ജനിക്കുന്നുമില്ല മരിക്കുന്നുമില്ല.

സംഗീതം മനോഹരമായതുതന്നെയാണ്,
എന്നാലതു നിറുത്തിവെയ്ക്കൂ.
ഞാൻ പ്രവചനാതീതനാണ്.
അതു (സംഗീതം) മനോഹരമാണ്,
എന്നാൽ ആത്യന്തിക ഉദ്ഗമനത്തിന്
അതൊരു വിഘ്നമാണ്.
അതൊരു പാലമാണ്, എന്നാൽ
ഒരു പാലത്തിനു കീഴെ നിങ്ങൾക്ക്
നിങ്ങളുടെ വീടു നിർമ്മിക്കാനാവില്ല.
പാലത്തെ വിട്ടുകളഞ്ഞേ തീരൂ.
മുഹമ്മദ് സംഗീതത്തിനെതിരായിരുന്നു, എന്തെന്നാൽ
സംഗീതത്തിന്റെ അനുപമസൗന്ദര്യത്തിന്
ഒരുവനെ പിടിച്ചുനിർത്താൻ കഴിയും.
അത് ഇഹത്തിനും പരത്തിനും നടുക്കുള്ളതാണ്;
ഇതിനും അതിനുമിടയിൽ.
എന്നാൽ ഞാൻ '*അതു*'മാത്രമാണാവശ്യപ്പെടുന്നത്.
പകൽനേരത്ത് ഞാൻ സംഗീതം ശ്രവിക്കുന്നു,
എന്നെ എന്റെത്തന്നെ ശരീരത്തിൽ
ഒരല്പംകൂടി പിടിച്ചുനിർത്താൻ വേണ്ടി മാത്രം.
എന്തെന്നാൽ, ഞാൻ നിങ്ങളെ അത്രയധികം
സ്നേഹിക്കുന്നു.
സ്നേഹിക്കുന്നവർക്കുവേണ്ടി
ഒരു ഭവനമുണ്ടാക്കാൻ, ഞാനാഗ്രഹിക്കുന്നു.
ഞാൻ സ്വപ്നം കണ്ടു, എന്നാൽ
ആ സ്വപ്നത്തെ ഒരു യാഥാർത്ഥ്യമാക്കിത്തീർക്കാൻ
എനിക്കായില്ലെന്ന്
ചരിത്രത്തെക്കൊണ്ടു പറയിക്കാൻ
ഞാനിഷ്ടപ്പെടുന്നില്ല.

അതിനുവേണ്ടി മാത്രം
എനിക്കീ ശരീരത്തിൽ തങ്ങിനില്ക്കേണ്ടതുണ്ട്.
ഈ മുറിയിൽ കൂടിയിരിക്കുന്നവരെല്ലാവരും
എന്നെ സഹായിക്കുകയാണ്.
എല്ലാവർക്കും നന്ദി.
നിസ്സാരങ്ങളായവയ്ക്കുവേണ്ടി
ഞാൻ വിവേകിനോടൊരിക്കലും നന്ദിപറഞ്ഞിട്ടില്ല.
എനിക്കുവേണ്ടിയുള്ള അവളുടെ സേവനം
വാക്കുകൾക്കതീതമായിട്ടുള്ളതാണ്.
അവളോടുള്ള നന്ദിപ്രകടനം പാഴാവുകയേയുള്ളൂ,
അതിന് വേണ്ടത്ര ആഴത്തിലേക്കെത്താനാവില്ല
അതിന് വേണ്ടത്ര സത്യമാകാനാവില്ല.
അവസാനത്തെ കുറച്ചുമാസങ്ങൾ
ഏറെ കഷ്ടപ്പാടു നിറഞ്ഞതാണ്;
ഈ ശരീരത്തിൽ നിലനിന്നുപോകാൻ
വർഷങ്ങളായിട്ട് അവളെന്നെ എത്ര ഭംഗിയായി
പരിചരിച്ചുപോരുന്നു,
എന്നോടൊപ്പം ഒരു നിഴലിനെപ്പോലെ,
ഒരായിരത്തൊന്നു കാര്യങ്ങൾ ശ്രദ്ധിച്ചുകൊണ്ട്.
ഞാൻ പറയാൻ തുനിയുന്നതിനും മുമ്പേ, അവൾ
എന്റെ ആവശ്യം അറിഞ്ഞുകഴിയുന്നു.
ഞാനവളോടു നന്ദി പറഞ്ഞിട്ടില്ല.
അവളോടെനിക്കെങ്ങനെയാണ്
നന്ദി പറയാനാവുക?
അതിനൊരു വഴിയുമില്ല.
Thank you എന്ന ഇംഗ്ലീഷ് പദം
ഏറെ ദൂരെയാണ്,
എനിക്കാണെങ്കിൽ,
എന്റെ ശരീരത്തെ കാത്തുരക്ഷിച്ചുപോരുന്ന
നിങ്ങൾക്കെല്ലാവർക്കും വേണ്ടി,
അതുപയോഗിക്കാനുമാവില്ല.
(എന്റെ ശരീരം വെറും എന്റെ ശരീരമല്ല, അത്
ലോകത്തിലെ ആയിരക്കണക്കിനു ജനങ്ങൾക്കുള്ള
എന്റെ വാഗ്ദാനമാണ്.)
ഈ ഉയരങ്ങളൊക്കെയും ഞാനറിയുന്നത്
ശരീരത്തിലൂടെയല്ലോ.

ഇനി,
ഞാൻ കാണാനാഗ്രഹിക്കുന്നു,
ബുദ്ധനും യേശുവും ലാവോത്സുവുമൊക്കെ
ദർശിച്ച ഉയരങ്ങൾ,
രസതന്ത്രത്തിലൂടെ കാണാൻ സാധ്യമാണോയെന്ന്.
ഞാൻ വിചാരിക്കുന്നു സാധ്യമാണെന്ന്.

ലൈബ്രറിയിൽ
ആയിരക്കണക്കിനു പുസ്തകങ്ങളുണ്ട്;
മനോഹരമായ ലൈബ്രറിയിൽ
നൂറായിരത്തിലധികം ഗ്രന്ഥങ്ങൾ.
ഞാൻ ലൈബ്രറിയെ സ്നേഹിക്കുന്നു;
എല്ലാക്കാലത്തുമായി എഴുതപ്പെട്ടതിൽവച്ച്
ഏറ്റവും മഹത്തായവയെല്ലാംതന്നെ അതിലുണ്ട്.
അവയെല്ലാം ഞാൻ നമ്മുടെ
യൂണിവേഴ്സിറ്റിക്കു നല്കുന്നു.
ആ ആയിരക്കണക്കിനു പുസ്തകങ്ങളിൽ,

ഒരെണ്ണം മാത്രം കൈവശം വെയ്ക്കുവാൻ
ഞാൻ വിവേകിനോടു പറഞ്ഞു,
ഇപ്പോഴത്തെ എന്റെ ഒരേയൊരു ഗ്രന്ഥമതാണ്.
അതെഴുതിയത്, പാരമ്യതയിലെത്തിച്ചേർന്നില്ലെങ്കിലും,
അതിനു വളരെ അടുത്തെത്തിയ ഒരാളാണ്,
വളരെ വളരെ അടുത്തെത്തിയ ഒരാൾ – ഖലീൽ ജിബ്രാൻ.

അദ്ദേഹത്തിന്റെ കൃതിയെപ്പറ്റി സംസാരിക്കാൻ
ഞാൻ പലതവണയാഗ്രഹിച്ചതാണ്, എന്നാൽ
അതുണ്ടായില്ല.
ഇതുവരെയ്ക്കും, അതിനു ചേർന്ന
സമയം വന്നിട്ടുണ്ടായിരുന്നില്ല.

അദ്ദേഹം ഒരു കവി മാത്രമായിരുന്നു;
ഒരു മിസ്റ്റിക്ക്, ഒരു ഋഷി ആയിരുന്നില്ല.
യഥാർത്ഥത്തിൽ അറിയുന്നവനായിരുന്നില്ല,
എന്നാൽ തന്റെ ഭാവനയിൽ അയാൾ
ആ ഉയരങ്ങളിലെത്തിയിരുന്നു.

ഈ ഉയരങ്ങളെക്കുറിച്ച് സംസാരിക്കുന്ന
ഒരേയൊരു അമേരിക്കക്കാരൻ
വാൾട്ട് വിറ്റ്മാനാണ് (Walt Whitman),
എന്നാൽ അയാൾക്കും അതു നഷ്ടമായി.

അയാൾക്കത് നഷ്ടമായത്, അയാൾ
അതിന്റെ വക്കിലെത്തി നില്ക്കുമ്പോഴായിരുന്നു.
അയാളുടെ സ്വവർഗ്ഗാനുരാഗമായിരുന്നു,
അയാൾക്ക് തടസ്സമായത്.
സ്വവർഗ്ഗാനുരാഗമെന്നത്,
അത്ര വലിയ ഒരു സംഗതിയൊന്നുമല്ല.
എന്നാൽ ഊർജ്ജപരിണാമത്തെ സംബന്ധിച്ചാവുമ്പോൾ
അതൊരു വലിയ കാര്യംതന്നെയാണ്.
അയാൾക്കതു നഷ്ടമായി.
അയാൾ മനോഹരമായ ഒരു കവിതാഗ്രന്ഥമെഴുതി,
എന്നാൽ ആ ഔന്നത്യത്തെ പ്രാപിക്കാനായില്ല.
അയാളിലെ രസതന്ത്രം,
അയാളുടെ സ്വന്തം ശരീര - രസതന്ത്രം
അതിനു പാകമല്ലായിരുന്നു.

സ്വവർഗ്ഗാനുരാഗം ഒരു വൈകൃതമാണ്,
തന്റെ തന്നെ ശരീര രസതന്ത്രത്തിന്റെ
ഒരു വൈകൃതഭാവം.
എന്നിരുന്നാൽപോലും അദ്ദേഹത്തിനത്
ഗ്രഹിക്കാമായിരുന്നു.
ഞാൻ പറയുന്നത്
ശരിക്കും മനസ്സിലാക്കാനാകുമായിരുന്ന
ഒരാളായിരുന്നു അദ്ദേഹം.
ലോകത്തെവിടെയായാലും വളരെ കുറച്ചാളുകളേ
എന്റെ വാക്കുകൾ മനസ്സിലാക്കുന്നുള്ളൂ,
പാശ്ചാത്യലോകത്ത് വിശേഷിച്ചും.

ഇന്ത്യ ഋഷിമാരുടെ ഭൂമിയാണ്,
എന്നാലത് ഭൂതകാലമാണ്;
വർത്തമാനമല്ല.
അതിപ്പോൾ നിലനില്ക്കുന്നില്ല.
ഉപനിഷത്തുക്കളും വേദങ്ങളും ഋഷിമാരും പ്രാപിച്ചത്
ആ ഔന്നത്യത്തെയായിരുന്നു.
ജ്യോതിഷികൾ ഇപ്പോൾ പറയുന്നത്
1984-ലെ ദീപാവലിക്കുമുമ്പ്
ഇന്ത്യയിലേയും ലോകത്തിലേയും
ഏറ്റവും വലിയ Godman ഞാനായിരിക്കുമെന്നാണ്.
അവർ പറയുന്നു ഞാനായിരിക്കും 'ഗോഡ്മാൻ'
എന്ന് വെറുമൊരു ഗോഡ്മാനല്ല,

ഏറ്റവും വലിയ ഗോഡ്മാൻ.
ഞാൻ പക്ഷേ, വെറും ഒരു സാധാരണ മനുഷ്യനാണ്,
ഒരു ഗോഡ്മാനേയല്ല.....
ഞാനൊരു രക്ഷകനുമല്ല.
ഞാൻ ഇനിയും
ബോധോദയത്തിലെത്തിയിട്ടില്ലാത്ത ഒരാളാണ്.
എനിക്കെങ്ങനെ ആരെയെങ്കിലും രക്ഷിക്കാനാവും?
എന്നിട്ടാണവർ വിചാരിക്കുന്നത്
എനിക്ക് ഇന്ത്യയെ രക്ഷിക്കാനാവുമെന്ന്!
എനിക്കെങ്ങനെ ഇന്ത്യയെ രക്ഷിക്കാനാവും?
എന്റെ കൈവശം ഒരു നോഹയുടെ പേടകമില്ല....
ഞാൻ നിരീക്ഷകനാണ്
നിരന്തരമായി ഞാൻ നിരീക്ഷിച്ചുകൊണ്ടിരിക്കുകയാണ്,
യാതൊന്നും ചെയ്യാതെ
വെറുതെ നിരീക്ഷിക്കുക മാത്രം....
പുൽനാമ്പുകൾപോലും മുളയെടുക്കുന്നില്ലല്ലോ......

എന്നെ വഞ്ചിക്കാൻ ശ്രമിക്കാതിരിക്കുക.
എന്നെ നിങ്ങൾക്കു ചതിക്കാനാവില്ല,
ഞാൻ അത്ര വലിയൊരു ചതിയനാണ്.
അന്തർലോകത്തെപ്പറ്റിയാണെങ്കിൽ
നിങ്ങൾക്കെന്നെ ചതിക്കാനേ പറ്റില്ല.

ഇതു വളരെ മനോഹരമാണ്,
അതിമനോഹരം....
ഒരു സ്ത്രീ മാത്രമേ ഇത്രയും
സൗന്ദര്യത്തിലേക്ക് ധൈര്യപ്പെടുകയുള്ളൂ.
സൗന്ദര്യമെന്നത്
വെറും സത്യത്തേക്കാൾ എത്രയോ
മടങ്ങായിട്ടുള്ളതാണ്.

അപായത്തെ ഓരോരുത്തരും ഭയക്കുന്നു.
ഭയക്കേണ്ട കാര്യമില്ല.
അപായാവസ്ഥയിൽ ചിന്തയുണ്ടായിരിക്കുന്നില്ല.
ചിന്താരാഹിത്യമേയുള്ളൂ.
പലതവണ ഞാൻ
അപകടത്തിലേക്കു നീങ്ങിയിട്ടുണ്ട്.
ആയിരക്കണക്കിനു തവണ
ഞാൻ ശരിക്കും അപകടാവസ്ഥയിലകപ്പെട്ടിട്ടുണ്ട്.

ഒരിക്കൽ ഞാൻ
രാജസ്ഥാനിലൂടെ യാത്രചെയ്യുകയായിരുന്നു.
ഞാനൊരു ഫസ്റ്റ്ക്ലാസ് കംപാർട്ടുമെന്റിലായിരുന്നു.
പാതിരാത്രിയിൽ, ഞാനുറങ്ങിക്കൊണ്ടിരിക്കേ
ഒരു മനുഷ്യൻ, എന്നെ
കഠാരയുമായി ആക്രമിച്ചു.
ഞാൻ കണ്ണുതുറന്ന് അയാളെ നോക്കി.
അയാൾ എന്റെ കണ്ണുകളിലേക്കും.
ഒരു കുഞ്ഞിന്റേതുപോലുള്ള എന്റെ കണ്ണുകളിലേക്ക്.
നിങ്ങൾ എന്റെ കണ്ണുകളിലേക്ക് നോക്കുകയാണെങ്കിൽ
മുഴുവൻ കഥയും നിങ്ങൾക്കു ഗ്രഹിക്കാനാവും.
അയാൾ എന്റെ കണ്ണുകളിലേക്കു നോക്കി,
അയാൾ ആ കുഞ്ഞിനെ കണ്ടു,
നിശ്ചലനാവുകയും ചെയ്തു.
അയാൾ ആ ശ്രമംതന്നെ ഉപേക്ഷിച്ചു.

ഞാനയാളോടു ചോദിച്ചു,
"എന്താണു കാര്യം?
എന്തുകൊണ്ടു നിങ്ങൾ ആ പ്രവൃത്തി ചെയ്യുന്നില്ല?
ഞാൻ എന്റെ കാര്യങ്ങൾ ചെയ്യുന്നുണ്ട്,
അതുപോലെതന്നെ നിങ്ങൾക്കും
നിങ്ങളുടെ ചെയ്തികൾ തുടരാവുന്നതാണ്.
ഞാൻ നിങ്ങളെ വെല്ലുവിളിക്കുന്നു!"

അയാൾ പറഞ്ഞു,
"എന്നെ വെല്ലുവിളിച്ചിട്ടുള്ള ഒരേയൊരാൾ
നിങ്ങളാണ്.
എന്നോടു ക്ഷമിക്കൂ,
എനിക്കു നിങ്ങളെ ആക്രമിക്കാനാവില്ല.
ഞാൻ നിങ്ങളുടെ ശിഷ്യനാവാനാഗ്രഹിക്കുന്നു."
അയാളിപ്പോൾ എന്റെ സന്ന്യാസിമാരിലൊരാളാണ്.

എന്റെ സന്ന്യാസിമാരിൽ
കുറച്ചു ചെകുത്താന്മാരുമുണ്ടാകാം.
ഒരിക്കലും ആർക്കുമറിയില്ല.
ഒരുപക്ഷേ, ഈ ഉയരങ്ങളിലെ എന്റെ ചൈതന്യം
സാംക്രമികമായിട്ടുള്ളതാകാം.
എന്റെ ചിറകുകളിതാ,
നിങ്ങൾക്കവയിൽ പറക്കാവുന്നതാണ്.

ഞാനൊരു ജനാധിപത്യവാദിയല്ല
ഞാനൊരു സ്വേച്ഛാധിപതിയാണ്;
അതിനാലാണ് ഒരുപാടു ജർമ്മൻകാർ
എന്റെയടുത്തേക്കു വരുന്നത്.
ശരിക്കു പറഞ്ഞാൽ, അവർ വരുന്നത്
അവർക്ക് ജർമ്മനിയിൽ
മറ്റാരെയും കണ്ടെത്താനാവാത്തതുകൊണ്ടാണ്.
അതുകൊണ്ടാണവർ എന്റെയടുത്തേക്കു വരുന്നത്.
ഞാനൊരു വ്യത്യസ്തനായ സ്വേച്ഛാധിപതിയാണ്,
ഒരു ജനാധിപത്യവാദിയുടെ ഹൃദയമുള്ള
സ്വേച്ഛാധിപതി.

ഞാൻ കൃതജ്ഞനാണ്
എല്ലാ ഗുരുക്കന്മാരും അവരവരുടെ ശിഷ്യരോട്
കൃതജ്ഞരായിരുന്നു,
എന്തെന്നാൽ അവർ – ശിഷ്യർ – കൂടുതൽ
കുശാഗ്രബുദ്ധിക്കാരാണ്.
ലാവോത്സു(Lao Tzu), ചാങ്സു(Chuang Tzu)വിനു
നേരെ നന്ദിയുള്ളവനായിരുന്നു.
എന്തുകൊണ്ടെന്നാൽ,
ചാങ്സു കൂടുതൽ സൂത്രശാലിയായിരുന്നു.
അവൻ സുന്ദരനായിരുന്നില്ല എന്നു ഞാൻ പറയുന്നില്ല...
എന്നാൽ ലാവോത്സുവിനേക്കാൾ
തന്ത്രശാലിയായിരുന്നു.
ബുദ്ധൻ മഹാകശ്യപനോട്
വളരെ കൃതജ്ഞനായിരുന്നു.
എന്തുകൊണ്ടെന്നാൽ, മഹാകശ്യപൻ
ബുദ്ധനേക്കാൾ തന്ത്രശാലിയായിരുന്നു.
എന്നത്തേയും കഥ അങ്ങനെയാണ്,
കഥ എല്ലായ്പ്പോഴും അങ്ങനെത്തന്നെ
യായിരിക്കുകയും ചെയ്യും.

എന്റെ യഥാർത്ഥ ശിഷ്യനാണെന്ന് തെളിയിക്കുക,
അപ്പോഴെനിക്കും നന്ദി പറയാനാവും
അതെ, നന്ദി. നന്ദി.
ദൈവം സംതൃപ്തനാണ്.

ഈ ലോകം സാധാരണവും
ചെറുതുമായവയെ കാണേണ്ടതുണ്ട്;

അസാധാരണമായവയെ കാണുന്നതിനായി.
അതിനാലാണ് ഞാൻ പറയുന്നത്
ഞാൻ ബോധോദയത്തിലെത്തിയവനല്ലെന്ന്.
ബോധോദയവും അതില്ലായ്മയും
പൂർണതയുടെ രണ്ടു വശങ്ങളാണ്.
എന്നാൽ ആ പൂർണതയെ അറിയാൻ കഴിയുക.
'ഞാൻ ബോധോദയത്തിലെത്തിയവനേയല്ല'
എന്ന് പറയാനാവുന്നവനു മാത്രമാണ്.
ഉദാഹരണമായി, ഈ നോഹയുടെ പേടകത്തിനു പുറത്ത്
ഒരേയൊരു ആളേയുള്ളൂ - ജെ. കൃഷ്ണമൂർത്തി,
അദ്ദേഹം പക്ഷേ അതി-ബോധോദയക്കാരനാണ്.
അദ്ദേഹവും ബോധോദയത്തിൽനിന്നും
താഴെ വരേണ്ടതുണ്ട്,
അപ്പോഴേ അദ്ദേഹം പൂർണനാവൂ.
അതിനാലാണ്,
ഒരു ഗുരുവിന്റെ കണ്ണുകൾ ദർശിക്കുകയെന്നാൽ
അജ്ഞതയുടെ കണ്ണുകൾ ദർശിക്കലാവുന്നത്.
കണ്ണുകൾ തുറക്കുക വിഷമകരമാണ്,
അതിനാലാണ് ഞാൻ ശരീരത്തിൽ നിലകൊള്ളുന്നത്.
വാഗ്ദാനങ്ങൾ നിറവേറ്റേണ്ടതുണ്ട്.

എന്റെ കണ്ണിൽനിന്നും
ആ കണ്ണുനീർത്തുള്ളിയെ തുടച്ചുമാറ്റുക.
എനിക്ക് ബോധോദയത്തിലെത്തിയവനെന്ന്
നടിച്ചേ പറ്റൂ;
ബോധോദയത്തിലെത്തിയവർ കരയാറില്ലത്രേ.

2

നിങ്ങളെല്ലാവരും
എനിക്കുചുറ്റും കൂടിയിരിക്കുന്നത്
എത്ര ആഹ്ലാദകരമാണ്,
എന്തു ശാന്തതയാണിപ്പോൾ,
എത്ര അനുഗൃഹീതം!
അതിമനോഹരമാണിത്.
ജീസസ് ഇത്രയ്ക്കും അനുഗൃഹീതനായിരുന്നില്ല....
ഞാനുദ്ദേശിക്കുന്നത്, അവനു ചുറ്റുമുണ്ടായിരുന്ന
സുഹൃദ്‌വലയം - യഹൂദർ മാത്രം.
അത് ഏറെ സുന്ദരമായിരുന്ന ഒന്നായിരുന്നില്ല,
എനിക്കും ധാരാളം യഹൂദരുണ്ട്
യഹൂദർ നല്ലവരാണ്,
എന്നാൽ യഹൂദിയാവുക തെറ്റാണ്.
പാരമ്പര്യത്തിൽ അധിഷ്ഠിതനാവുക;
ഏതെങ്കിലും ഒരു സമ്പ്രദായത്തിന് വിധേയനാവുക
മതത്തിൽ തൂങ്ങിപ്പിടിച്ചുനില്ക്കുക എന്നിവയെല്ലാം തെറ്റാണ്.

അവനവനായി മാത്രം നിലകൊള്ളുന്നതാണ് സത്യം.
എനിക്കു പഠിപ്പിക്കാനുള്ളത് ഇതാണ്-
നിങ്ങൾ നിങ്ങളായി മാത്രം നിലകൊള്ളുക;
നിങ്ങളുടെ സ്വന്തം വിശുദ്ധിയായിത്തന്നെ നിലകൊള്ളുക.
ഭയമില്ലാതെ....
അതെന്തൊക്കെത്തന്നെ അർത്ഥമാക്കിയാലും,
ഭയമേതുമില്ലാതെ....
എന്തുകൊണ്ടെന്നാൽ
പലരും പല രീതിയിലാണതർത്ഥമാക്കുക.

ഷീല, എനിക്കൊരു വിമാനം വാങ്ങുന്നതിനെപ്പറ്റി
ആലോചിക്കുകയായിരുന്നു.
ഒരു മില്യൺ ഡോളർ വിമാനം, എനിക്കു പറക്കാനായി....
ഞാൻ പക്ഷേ, പറന്നുകൊണ്ടിരിക്കുകയാണ്,
ലൈസൻസില്ലാതെ,
ഏറ്റവും ഉയരത്തിലേക്കു പറക്കുകയാണ്;
യാതൊരു പരിധികളുമില്ലാത്തിടത്തേക്ക്.
അതല്ലെങ്കിൽ
എല്ലായിടത്തും എല്ലായ്പ്പോഴും പരിധികളേയുള്ളൂ.

ഞാൻ കേട്ടിട്ടുണ്ട്:
ഒരാൾ അതിവേഗം വണ്ടിയോടിക്കുകയായിരുന്നു.
അയാൾ പെട്ടെന്നു നിർത്തി,
ഭാര്യയേയും പിൻസീറ്റിലിരുന്ന
അമ്മായിയമ്മയേയും നോക്കി.

എന്നിട്ടു പറഞ്ഞു,
"ഓകെ. ആദ്യം നമുക്കു നിശ്ചയിക്കാം,
ആരാണീ കാറോടിക്കുന്നതെന്ന്,
നീയോ നിന്റെ അമ്മയോ?"
ഇതു മനോഹരമാണ്.
ഒരൊറ്റ ഡോളർപോലും പാഴാക്കാതെ...

ആഹാ! ഞാനിപ്പോൾ ഉയരത്തിലാണ്.
അതിമനോഹരമാണിത്.

സത്യം..... ശിവം....... സുന്ദരം.

സത്യം..... ശിവം....... സുന്ദരം.

ദൈവം കൃത്യമായി നിർവ്വചിക്കപ്പെടുന്നത്
സൗന്ദര്യമായാണ്, 'സത്യം' ആയിട്ടല്ല.
അല്ലെങ്കിൽ നന്മയായിട്ടുമല്ല.
നാം പ്രജ്ഞയും അവബോധവും മാത്രമാണ്;
രസതന്ത്രത്തിനുപോലും ഇടപെടാനാവില്ല....

    ഞാൻ,
    വീണ്ടുമൊരു കുട്ടിയാണിപ്പോൾ
    എനിക്കു കേൾക്കാനാവും
    ഈ ഭൂമിയും ജലവും
    അവസാനിക്കുന്നതെവിടെയെന്ന്....
    എന്തൊരു ഭൂമിയാണിത്.

ദിവസത്തിലെ ഇരുപത്തിനാലു മണിക്കൂറും
വിശ്രമിക്കുകയാണ് ഞാൻ; അതിനാൽ
ഉറങ്ങാൻ വലിയ ബുദ്ധിമുട്ടാണ്.

ഞാൻ വളരെ ശാന്തനാണ്, relaxed
No, I am relaxation ഞാൻ വിശ്രാന്തിയാണ്.

ഒരു പുരുഷൻ എത്ര സുന്ദരനായിരുന്നാലും,
അയാൾക്ക് എന്തെങ്കിലുമൊക്കെ വൃത്തികേടുകളുണ്ടാകും;
തിരിച്ചും.
ഒരു പുരുഷൻ എത്രതന്നെ വൃത്തിഹീനനായിരുന്നാലും
അയാളിൽ, സുന്ദരമായിട്ടുള്ള എന്തെങ്കിലുമൊക്കെയുണ്ടാകും.
എന്നാൽ, ഒരു സ്ത്രീയാകട്ടെ എല്ലായ്പ്പോഴും സുന്ദരിയാണ്.

ഞാൻ ചിരിക്കുകയാണെന്ന് നിങ്ങളറിയുന്നുണ്ടോ?
നിങ്ങളെ ചിരിപ്പിക്കാൻ, ഞാൻ
എന്റെ പരമാവധി ശ്രമിക്കുകയാണ്.
മറ്റാർക്കും ചെവികൊടുത്തേക്കരുത്,
അജ്ഞരായവർക്കുമാത്രം അറിയാവുന്ന
ഉയരങ്ങളിലേക്കു പൊയ്ക്കൊണ്ടേയിരിക്കുക;
കാര്യമായൊന്നും അറിയാത്തവർക്കുമാത്രം
എത്തിച്ചേരാനാവുന്ന ഉയരങ്ങൾ.
'അറിയുക' അത്ര മഹത്തരമല്ല.
അറിയാതിരിക്കുകയെന്നത്
ഉയരങ്ങളിലേക്കു കുതിക്കലാണ്.
അറിയാതിരിക്കലാണ് സത്യം
അതിനാലാണ് ഞാൻ പറഞ്ഞത്
ജെ. കൃഷ്ണമൂർത്തിയിൽ നിറച്ചും അറിവാണെന്ന്.
അദ്ദേഹത്തിൽ നിറയെ ബുദ്ധിവിഷയങ്ങളാണ്;
അവയിൽ നിന്നദ്ദേഹം പുറത്തുകടക്കുകയാണെങ്കിൽ,
വീണ്ടും 'ബോധോദയരഹിത'നാകും –
അൺഎൻലൈറ്റന്റ്; എന്നെപ്പോലെ.

അറിയുക അറിയാതിരിക്കലാണ്
അറിയാതിരിക്കൽ അറിയലും.

ഉപനിഷത്തുക്കൾ അതാണ് പറയുന്നത്,
അവ പറയുന്നത് സത്യമാണുതാനും.

എനിക്ക് കാണാനാവുന്നില്ല,
എന്നാൽ എനിക്ക് കരയാനാവും,
എനിക്ക്
വീണ്ടുമൊരു കുട്ടിയാകാനാവും.

വളരെ ചുരുക്കം പേർ മാത്രമേ
ആ അപാരതയെ അറിഞ്ഞിട്ടുള്ളൂ.

3

അത്യപൂർവ്വമാണിത്.
ഇതാണ് നാം തെരഞ്ഞുകൊണ്ടിരിക്കുന്നത്;
നാം അന്വേഷിച്ചുകൊണ്ടിരിക്കുന്നത്,
നാം ആഗ്രഹിക്കുന്നതിതാണ്, എല്ലായിടത്തും.
ഇതാണതിന്റെ അവസാനം.

നിങ്ങൾക്കെവിടെ വേണമെങ്കിലും പോകാം,
പള്ളികളിലേക്ക്, ക്ഷേത്രങ്ങളിലേക്ക്;
എന്നാൽ, നിങ്ങളെവിടെപ്പോയിരുന്നാലും
പൂർണതയിലേക്കെത്തിച്ചേരുന്നില്ല.

മനോഹരമാണിത്
ഇത് ഏറെ നന്നായി തോന്നുന്നു.

സത്യത്തിൽ, ഓക്സിജനും നൈട്രജനും
നിലനില്പിന്റെ അടിസ്ഥാനമൂലകങ്ങളാണ്
അവകൊണ്ട് ധാരാളം പ്രയോജനങ്ങളുണ്ട്.
എന്നാൽ പല കാരണങ്ങൾകൊണ്ട്,
രാഷ്ട്രീയക്കാർ എല്ലാത്തരം രാസപദാർത്ഥങ്ങൾക്കും
എതിരായിരിക്കുകയാണ്;
എല്ലാതരം മയക്കുമരുന്നുകൾക്കും.
മയക്കുമരുന്ന് (ഡ്രഗ്) എന്ന വാക്കുതന്നെ
അപകടകാരിയായിരിക്കുന്നു.
അവർ മയക്കുമരുന്നുകൾക്ക്
ഇത്രയും എതിരായിരിക്കുന്നത്,
ആളുകൾക്ക് സ്വയം അറിയാനാവും എന്നതുകൊണ്ടാണ്.
ആളുകൾ സ്വയം അറിയാൻ തുടങ്ങുമ്പോഴോ,

രാഷ്ട്രീയക്കാർക്ക് അവരുടെ മേലുള്ള
അധീശത്വം നഷ്ടപ്പെടുന്നു
-അവർ (രാഷ്ട്രീയക്കാർ) സ്നേഹിക്കുന്നത്
അവരുടെ അധികാരത്തെയാണ്.

വേദങ്ങളിൽ
അവരതിനെ 'സോമ' എന്നു വിളിക്കുന്നു-
സത്ത്.
പ്രാചീനകാലം മുതൽ ഇന്നുവരേക്കും
തിരിച്ചറിവുണ്ടായിട്ടുള്ള എല്ലാവരും,
നേരിട്ടോ അല്ലാതെയോ അംഗീകരിച്ചിട്ടുള്ളതാണ്
രാസപദാർത്ഥങ്ങളെക്കൊണ്ട്
മനുഷ്യനുള്ള പ്രയോജനങ്ങൾ.
മനുഷ്യൻ രസതന്ത്രമാണ്,
അസ്തിത്വവും.
സർവ്വതും രസതന്ത്രമാണ്
നമുക്കതിന്റെ സ്വാധീനം ഒഴിവാക്കാനാവുന്നതല്ല.

ദേവഗീത് അവന്റെ കുറിപ്പുകൾ എഴുതിക്കൊള്ളട്ടെ;
എന്നാൽ അവന് തൊട്ടപ്പുറത്തിരിക്കുന്ന
സ്ത്രീ അറിയുകയാണ്,
പുരുഷൻ പക്ഷേ എഴുതുകയാണ് ചെയ്യുക.
അറിയുന്ന ഒരാൾ എല്ലായ്പ്പോഴും മൗനിയായിരിക്കും.
ഗീതയായാലും ബൈബിളായാലും
എഴുതപ്പെട്ടത് അറിഞ്ഞവരാലല്ല.
അറിയുന്നവർ നിശ്ശബ്ദരാണ്,
അറിയാത്തവരാകട്ടെ അതെപ്പറ്റി സംസാരിക്കുന്നു.
അതെപ്പറ്റിയും ഇതെപ്പറ്റിയും
തിരിഞ്ഞും മറിഞ്ഞും, ചുറ്റിക്കറങ്ങിയുമെല്ലാം അയാൾ....
എന്നാൽ,
അയാളൊരിക്കലും യഥാർത്ഥവിരാമത്തിലേക്കെത്തുന്നില്ല.
ഞാനാകട്ടെ ശരിക്കും നിശ്ചലമായിരിക്കുന്നു.

എന്നിൽ അസ്തിത്വം നിശ്ചലമായിരിക്കുന്നു
എന്നിലും, സ്ത്രീ അറിഞ്ഞുകൊണ്ടിരിക്കുന്നു
സംസാരിക്കുന്നത് പുരുഷനാണ്
സ്ത്രീ നിശ്ശബ്ദയായി നിലകൊള്ളുകയാണ്.

വാക്കുകളുടെ പ്രകടനാത്മകതകൊണ്ടു മാത്രമാണ്
മനുഷ്യൻ ആധിപത്യം പുലർത്തിയിരിക്കുന്നത്;
അതല്ലെങ്കിൽ അവന് യാതൊന്നും അറിഞ്ഞുകൂടാ
എന്നെ സംബന്ധിച്ചും അതുതന്നെയാണ് സത്യം....

സ്ത്രീ അറിയുകതന്നെ ചെയ്യുന്നു,
മേഘലങ്ങൾക്കും മീതെ ചിറകുകളുയർത്തി,
പുരുഷനെ സംസാരിക്കാൻ വിട്ടുകൊണ്ട്.

ബുദ്ധൻ പറയുന്നു,
"ചരൈവേതി, ചരൈവേതി"
-പൊയ്ക്കൊണ്ടേയിരിക്കുക, പൊയ്ക്കൊണ്ടേയിരിക്കുക.

പൊയ്ക്കൊണ്ടേയിരിക്കുക,
ഭയന്നേക്കരുത്.
നിങ്ങൾക്കു വിശ്രമിക്കാവുന്നതാണ്
ഞാനും വിശ്രമിച്ചുകൊള്ളട്ടെ.

ചരൈവേതി, ചരൈവേതി
പൊയ്ക്കൊണ്ടേയിരിക്കുക,
പൊയ്ക്കൊണ്ടേയിരിക്കുക;
അതിരുകളെവിടെയാണ്....?
നാം എവിടേക്കും പോകുന്നില്ല.
നാം ഇവിടെയാണ്,
ഇപ്പോൾ.

നമ്മൾ പൂർണമായും തീവ്രവസ്ഥായികളിലെങ്കിൽ
നാം തീർത്തും ആത്മാർത്ഥമാണെങ്കിൽ,
നാം ഇവിടെയാണ്; ഇപ്പോൾ.
ഇപ്പോൾ സർവ്വവും നേടിക്കഴിഞ്ഞിരിക്കുന്നു.
നമുക്കെവിടേക്കും പോകേണ്ടാത്തതിനോട്
സമമാണത്, വിശ്രമിക്കുകമാത്രം ചെയ്യുക.
വിശ്രാന്തിയാണ് പാരമ്യം
നിങ്ങൾക്ക് തീർത്തും വിശ്രാന്തിയിലാകാനും
അതേസമയം ബോധവാനുമായിരിക്കാൻ കഴിയുമെങ്കിൽ,
പിന്നെ, തടസ്സങ്ങളേതുമില്ല. കെട്ടുപാടുകളുമില്ല.
പിന്നീടുള്ളത് ശൂന്യതയുടെ വിടവുകൾ മാത്രമാണ്.
ഈ വിടവുകൾ ശക്തങ്ങളാണ്,
ദൈവികതയിലേക്കുള്ള ചവിട്ടുപടികളായി
നിങ്ങൾക്കിവയെ ഉപയോഗപ്പെടുത്താവുന്നതാണ്.

ഞാനിവിടെയുണ്ട്, അതിനാൽ, ഭയക്കേണ്ടതില്ല
ഞാൻ തീർത്തും ഭയരഹിതനാണ്.
നിങ്ങളുടെ മുറിയെ ഞാനൊരു നോഹയുടെ പേടകമായി
മാറ്റിത്തീർത്തിരിക്കുന്നു.
അതങ്ങനെത്തന്നെയാണ്, അങ്ങനെത്തന്നെയായി
അതു നിലകൊള്ളുകയും ചെയ്യും.

ഉപനിഷത്തുകളിൽ ഇങ്ങനെയൊരു പ്രാർത്ഥനയുണ്ട്:

“ഓ പ്രഭുവേ,
ഞങ്ങളെ തമസ്സിൽനിന്നും
വെളിച്ചത്തിലേക്കു നയിക്കേണമേ;
അസത്യത്തിൽനിന്നും സത്യത്തിലേക്ക്
മൃത്യുവിൽനിന്നും അമരത്വത്തിലേക്ക്....”

അതെ, അവർ പ്രാർത്ഥിക്കുന്നത് ഇതിനുവേണ്ടിയാണ്.

സംസ്കൃതത്തിലെ വാക്ക് പ്രാ: എന്നാണ്,
ഹിന്ദിയിലെ പ്രാർത്ഥന എന്ന വാക്ക്
ഈ ശബ്ദത്തിൽനിന്നുമാണ്.
എന്നോടു ക്ഷമിക്കണം.
ഒരു നിമിഷത്തേക്ക് ഞാൻ
എന്റെ പഴയ സ്വഭാവത്തിലേക്ക് വീണുപോയി.

എന്തെന്നാൽ, ഇപ്പോഴും
ഇംഗ്ലീഷെനിക്ക് ഒരു വിദേശഭാഷതന്നെയാണ്.
അതിനൊരിക്കലും എന്നോടൊട്ടിച്ചേർന്നിരിക്കാനാവില്ല.
ഇംഗ്ലീഷിൽ ഞാൻ, കോടിക്കണക്കിനു പദങ്ങൾ
ഉച്ചരിച്ചിട്ടുണ്ടെങ്കിലും,
അതെന്റെ ഹൃദയത്തോടു ചേർന്നുനില്ക്കുന്നുവെന്ന്
അതിനർത്ഥമില്ല.
എന്റെ ഒരേയൊരു വിദേശഭാഷയാണത്.
എന്നാൽ എന്റെ യഥാർത്ഥഭാഷ മൗനത്തിന്റേതാണ്.
സംസ്കൃതത്തിലെ ‘പ്രാർത്ഥന’
അതിനോടേറ്റവും അടുത്തുവരുന്നു.

അതെ, ഏറ്റവും അടുത്തുവരുന്നത് സംസ്കൃതമാണ്....
ഹീബ്രുവും ഒരല്പം അടുത്തുവരുന്നുണ്ട്
എന്നാൽ ആധുനികഭാഷകൾ യാതൊന്നും....
ഇംഗ്ലീഷ് വിശേഷിച്ചും, ഹൃദയത്തോടടുത്തേ വരുന്നില്ല;
സത്യത്തിൽ അത് കഴിയാവുന്നത്ര ദൂരേക്ക് പോയിരിക്കുന്നു.
അതവരുടെ കുറ്റമല്ല.
അത് അളവുകൾക്കും സാങ്കേതികമായ
കൃത്യതകൾക്കും വേണ്ടിയുള്ള ഭാഷയാണ്.
അവർക്കതിനെ യാഥാർത്ഥ്യമാക്കിയേ തീരൂ.
സാങ്കേതികതയുടെ യാഥാർത്ഥ്യം;
ശാസ്ത്രത്തിന്റേത്.
അതിനാൽ, പ്രാർത്ഥന എന്നു പറയുന്നേടത്ത്
ഞാൻ ശങ്കിച്ചുപോയതിൽ വിഷമിക്കേണ്ടതില്ല.

എന്റെ ഭാഷയെപ്പറ്റി വേവലാതിപ്പെടേണ്ടതില്ല,
എന്റെ വ്യാകരണത്തെപ്പറ്റിയും.
ഞാൻ ഭാഷകളുടെ ആളേയല്ല,
ഒരു താർക്കികനേയല്ല.
ഞാൻ നിശ്ശബ്ദതയുടെ ആളാണ്;
അത്യാവശ്യങ്ങളെക്കൊണ്ടുമാത്രം
സംസാരിച്ചുപോകുന്ന ഒരാൾ.
അത്യാവശ്യമെന്തുകൊണ്ടെന്നാൽ,
ആരുംതന്നെ യാഥാർത്ഥ്യത്തിന്റെ
ഭാഷ സംസാരിക്കുന്നില്ല.
മറ്റെല്ലാവരുംതന്നെ മറ്റെല്ലാത്തിനെപ്പറ്റിയും
സംസാരിക്കുന്നു,
സകലതിനെപ്പറ്റിയും വിരാമമില്ലാതെ
സംസാരിച്ചുകൊണ്ടേയിരിക്കുന്നു;
യാഥാർത്ഥ്യത്തെപ്പറ്റിയൊഴികെ.
അതിനാൽ എനിക്കു സംസാരിക്കേണ്ടിവരുന്നു.
ഈ ലോകത്താകെ അറിയുന്നവർ കുറച്ചേയുള്ളൂ,
മനസ്സിലാക്കാൻ കഴിവുള്ളവർ,
യാഥാർത്ഥ്യത്തെപ്പറ്റി പറയാൻ കഴിയുന്നവർ.

പ്രഗത്ഭരായിട്ടുള്ള എല്ലാ വാഗ്മികളും ബധിരരാണ്.
ഞാനൊരു മഹാവാഗ്മിയല്ല
എന്നാൽ, ഞാൻ ശരിക്കും ബധിരനാണ്.
ഇപ്പോൾ സംഭവിക്കുന്നത്,
അതിമനോഹരമായിട്ടുള്ളതാണ്
– ഞാൻ യാതൊന്നും കേൾക്കാൻ ആഗ്രഹിക്കുന്നില്ല.
എന്റെ പ്രജ്ഞ അതീതത്തിലാണ്,
മേഘങ്ങൾക്കും ഏറെ കാതങ്ങൾ അകലെ.
നിങ്ങൾ പറയുന്നത് എനിക്കു കേൾക്കാൻ കഴിയുന്നുണ്ട്,
"നിർത്തൂ, സമയം കഴിഞ്ഞിരിക്കുന്നു."
സമയം ഒരിക്കലും കഴിയുന്നില്ല,
കഴിയാനുമാവില്ല.
എനിക്കറിയാം, എന്തുകൊണ്ടാണ്
ലിയോണാർഡോ ഡാവിൻചി
ലിയോണാർഡോയായിരിക്കുന്നതെന്ന്
മൈക്കേലാഞ്ചലോ എന്തുകൊണ്ടാണ്
മൈക്കലാഞ്ചലോ ആയിരിക്കുന്നതെന്ന്;
രബീന്ദ്രനാഥ് എന്തുകൊണ്ടാണ്
രബീന്ദ്രനാഥായിരിക്കുന്നതെന്ന്;

എന്തുകൊണ്ടാണ് ഖലീൽ ജിബ്രാൻ
ഖലീൽ ജിബ്രാനായിരിക്കുന്നതെന്ന്.
അവരെല്ലാവരും, അവരുടെ സ്വപ്നങ്ങളിൽ
ഈ സൗന്ദര്യത്തെ സ്പർശിച്ചിരിക്കുന്നു.
അതെ, സ്വപ്നങ്ങളിൽ മാത്രം-
അവരൊരിക്കലും സത്യത്തെയറിഞ്ഞില്ല.
അവരറിഞ്ഞത് വസ്തുവിനെ മാത്രമായിരുന്നു,
എന്നാൽ ഞാനറിയുന്നത്,
അറിയുന്നവനെയാണ്...
പൊരുൾ, മഹത്തായ ആത്മചൈതന്യത്തെ
പ്രജ്ഞയെ.....
സത്-ചിത്ത്-ആനന്ദം.
ഞാനറിയുന്നു,
സത്യം - ആനന്ദം - പ്രജ്ഞ..

നിങ്ങൾ ചിറകുവിടർത്തുക,
ഭയപ്പെടാൻ യാതൊന്നുമില്ല,
നഷ്ടപ്പെടാൻ യാതൊന്നുമില്ല,
സൂര്യനിലേക്കു സ്വയം തുറക്കുക
നക്ഷത്രങ്ങളിലേക്ക്...

ഭയപ്പെടരുത്

ഞാനെല്ലായ്പ്പോഴും അപകടങ്ങളെ
ഇഷ്ടപ്പെടുന്നവനാണ്,
ഇതാകട്ടെ ഏറെ അപകടം പിടിച്ചതാണ്
എന്തെന്നാൽ,
നിങ്ങൾ നിലകൊള്ളുന്നത്
പ്രജ്ഞയുടെ നേർത്ത വക്കിലാണ്.
നിങ്ങൾ നിർത്താൻ ആഗ്രഹിക്കുന്നത്
ഈ നിമിഷത്തിലാണ്.
എന്നാൽ, നിങ്ങൾ തുടരണമെന്ന്
ഞാനാഗ്രഹിക്കുന്നതും
ഈ നിമിഷത്തിലാണ്
എന്തുകൊണ്ടെന്നാൽ, അപകടം മനോഹരമാണ്,
നിങ്ങൾക്കത് ആവശ്യത്തിൽ കൂടുതൽ ഉണ്ടാവുകയില്ല.

പക്ഷേ, ഞാൻ കാണുന്നുണ്ട്
നിങ്ങൾ പിന്നോട്ടു തിരിക്കാൻ തുടങ്ങിക്കഴിഞ്ഞു,
നിങ്ങൾ പിന്നോട്ടു പോരികയാണ്
ഭയപ്പെടാൻ എന്താണുള്ളത്?

രസതന്ത്രമുണ്ട്, ശരീരമുണ്ട്;
എനിക്കു സംസാരിക്കാൻ കഴിയുന്നുണ്ട്-
ഞാൻ എന്റെ ശരീരത്തിലല്ലാതിരുന്നാൽ
അതിലെന്തു കാര്യമുണ്ട്?
ഒരാൾക്ക് അത്ര പ്രാധാന്യമൊന്നുമില്ല...
എന്നാൽ ഞാൻ പറയുന്നതിൽ
കാര്യമുണ്ടായിരിക്കുകതന്നെ ചെയ്യുന്നു.
ഞാൻ പറയുന്നവ അവശേഷിക്കും,
അവ നിലനില്ക്കും;
അവയാണ് സത്ത്.
ഞാൻ ഒന്നുംതന്നെയല്ല,
ഞാൻ പറയുന്നതെന്തോ, അതിലാണ് കാര്യം.

സമയമതിക്രമിച്ചെങ്കിൽ... OK
എന്റെ മൗനത്തിന്
അഞ്ചു നിമിഷം തരൂ...
ഞാൻ ഈ കസേരയെ അറിയാൻ ശ്രമിക്കുകയാണ്,
എന്തെന്നാൽ, ഞാൻ അങ്ങാകാശത്തിലാണ്.
അതേസമയം ഈ കസേരയിലിരിക്കുക എന്നത്
അദ്ഭുതാവഹമായിട്ടുള്ളതാണ്.
ഞാൻ തമാശ പറയുകയല്ല.
ഞാൻ എന്റെ ജീവിതത്തിലൊരിക്കൽപോലും
തമാശ പറഞ്ഞിട്ടില്ല.
ഈ എല്ലാ തമാശകളും....
ഞാനവയെല്ലാം മറന്നേപോയിരിക്കുന്നു.

ഓഷോ എന്ന വാക്ക് ഒരു രഹസ്യകോഡാണ്.
അതിന് വിശേഷിച്ച് അർത്ഥമൊന്നുമില്ല.
തുടക്കത്തിൽ ഞാനതിന് 'അനുഗൃഹീതനായവൻ'
എന്നർത്ഥം നല്കിയിരുന്നു.
എന്നാൽ അതിന് യാതൊരർത്ഥവുമില്ല.
എന്നാൽ,
ഞാനെവിടെയായിരുന്നാലും,
എപ്പോഴെങ്കിലും നിങ്ങളീ വാക്കുപയോഗിക്കുന്നെങ്കിൽ,
ഞാൻ തിരിച്ചുവരുന്നതാണ്.
'ഓഷോ' എന്ന് നിങ്ങൾ പറയുമ്പോഴൊക്കെയും
ഞാൻ സന്നിഹിതനായിരിക്കും.
എല്ലാവർക്കും നന്ദി.

4

'ഇപ്പോൾ' ആണ്
എന്റെ എപ്പോഴത്തേയും സമയം.
ലോകം എത്രയോ പുറകിലാണ്.
ഞാൻ മേഘങ്ങൾക്കിടയിലാണ്.
അത് അപകടകരമാണ്
എന്നാൽ, ഭയന്നേക്കരുത്,
ഞാൻ ഉണർന്നിരിപ്പുണ്ട്.

ഭീരുവായേക്കരുത്,
സത്യത്തെ അറിയുന്നതിനുള്ള
ഒരേയൊരു തടസ്സമതാണ്.
ഒരുവൻ, അറിയുവാൻ ധൈര്യപ്പെടേണ്ടിയിരിക്കുന്നു;
ഒരുവൻ അപായത്തിലേക്കു കടന്നുചെല്ലേണ്ടതുണ്ട്.
നിങ്ങൾ ഭയപ്പെടുകയാണ്.
നിങ്ങൾക്കു തോന്നുന്നു,
ഞാൻ അതിരുവിട്ടു പോവുകയാണെന്ന്.
പക്ഷേ, ഭയപ്പെട്ടേക്കരുത്
ഞാൻ എപ്പോഴും അതിരുകൾക്കതീതനാണ്.

അപായം എത്ര സുന്ദരമായിട്ടുള്ളതാണ്!
ഞാനതു പലവിധത്തിലും അറിഞ്ഞിട്ടുണ്ട്.
കഷ്ടിച്ച് അമ്പതു വർഷങ്ങൾക്കുള്ളിൽത്തന്നെ
ഞാൻ, അഞ്ഞൂറുവർഷങ്ങൾ ജീവിച്ചിരിക്കുന്നു.
എന്തുകൊണ്ടെന്നാൽ,
നിരവധി, നിരവധി ദിശകളിൽ
ഞാൻ ധൈര്യം കാണിച്ചിരിക്കുന്നു.

ഓരോ അപകടവും മനോഹരമായിരുന്നു,
ഓരോ അനുഭവവും.

അപകടമെന്നാൽ എന്താണ്?
നിങ്ങൾ വിചാരിക്കുന്നോ നിങ്ങൾക്കതറിയാമെന്ന്?
ഞാനുദ്ദേശിക്കുന്നത്
ആ വാക്കിന്റെ നിഘണ്ടുവിലുള്ള അർത്ഥമല്ല.
അപകടമെന്നത്, നിങ്ങൾ
മരണത്തോടടുത്തുനില്ക്കുമ്പോഴുണ്ടാകുന്നതാണ്;
മരണത്തോട് തൊട്ടടുത്ത്;
ഒരൊറ്റ പദം കൂടിയേ വേണ്ടൂ,
നിങ്ങൾ അവസാനിച്ചതുതന്നെ...
എന്നാൽ അപ്പോൾ മാത്രമേ
യഥാർത്ഥത്തിൽ നിങ്ങൾ ഉണ്ടായിരിക്കുന്നുള്ളൂ.

മരണം ഏറ്റവും സമീപസ്ഥമായിരിക്കുമ്പോഴാണ്
ചേതന അതിന്റെ പൂർണതയിലേക്കു പുഷ്പിക്കുന്നത്.

എനിക്കു, ജീവിതത്തെപ്പറ്റിയും മരണത്തെപ്പറ്റിയും
സംസാരിക്കാൻ കഴിയും.
എന്തെന്നാൽ, അവ ഒന്നാണ്
മാത്രവുമല്ല, ഒരുവന് ജീവിതത്തെപ്പറ്റി
സംസാരിക്കാൻ കഴിയുന്നത്
അവൻ മരണത്തെ അറിയുന്നെങ്കിൽ മാത്രമാണ്.
സ്ത്രീ ഒരിക്കലും ഭയചകിതയല്ല.
സ്ത്രീ ഭയപ്പെടുമ്പോൾ അവൾ
വനിത(Lady)യായിത്തീരുന്നു.
എനിക്കു വനിതകളെ വെറുപ്പാണ്;
അവരെ നാറുന്നു!
ഇംഗ്ലീഷുകാരി വനിതകൾ വിശേഷിച്ചും
അവരാണ് വനിതകളുടെ വനിതകൾ.
പക്ഷേ, ആനന്ദാതിരേകത്തിന്റെ നിമിഷങ്ങളിൽ
ആരാണ് ഇതേപ്പറ്റിയെല്ലാം ഓർക്കുന്നത്?
ആശു (Ashu), ഒരിക്കലും ഒരു വനിതയായേക്കരുത്.

ഞാൻ മരണത്തിന്റെ തൊട്ടരികിലാണ്-
എന്നെ എന്നിലേക്കുതന്നെ കൊണ്ടുവരാനുള്ള
ഒരേയൊരു മാർഗ്ഗമതാണ്.
എന്തുകൊണ്ടെന്നാൽ,
ജീവിതത്തിന്റെ ഗതീയതയിലാണ് മരണമിരിക്കുന്നത്.
അപകടമെന്നത് മനോഹരമായിട്ടുള്ളതാണ്,
അതിമനോഹരം.

ഔന്നത്യങ്ങളിലെ ശരിയാണത്,
തെറ്റായ ഒരൊറ്റ ചുവട്-
നിങ്ങളതോടെ തീർന്നു.
അതിനാലാണ് ഞാനീ കസേര ഇഷ്ടപ്പെടുന്നത്;
ഇതിനു പടികളില്ല.
ഒരുവനിതിൽ വെറുതെയിങ്ങനെ വിശ്രമിക്കാം.
മരണമെത്രയടുത്താണ്....
നിങ്ങൾക്കതിനെ തൊട്ടുനോക്കാവുന്നതാണ്...

അത് അനുഭവവേദ്യമാണ്... സ്പർശനീയം....
നിങ്ങൾ സ്പർശിക്കാനാഗ്രഹിക്കുന്ന
സുന്ദരിയായ ഒരു സ്ത്രീയെപ്പോലെത്തന്നെ.
അപ്പോൾ മാത്രമാണ് നിങ്ങളറിയുക
എന്താണ് ഉണ്ടായിരിക്കുന്നതെന്ന്;
ഉണ്മയെന്നാൽ എന്തെന്ന്.
ആ ഉണ്മയെയാണ് ദൈവമെന്നു വിളിക്കുന്നത്.
അതിനെ ദൈവമെന്നു വിളിക്കാതിരിക്കുന്നതാവും ഭേദം,
എന്തെന്നാൽ, ദൈവമെന്ന വാക്ക്
അത്രയ്ക്കും മലിനപ്പെട്ടിരിക്കുന്നു.
'ഉണ്മ'യാണ് ഭംഗി.

    ഇതേ ഉണ്മയാണ്
    ഒരു പക്ഷിയുടെ പലായനത്തിലുള്ളത്
    ഒരു നക്ഷത്രത്തിളക്കത്തിലുള്ളത്
    ഒരു മെഴുകുതിരിയുടെ ജ്വാലയിലുള്ളത്
    വിടർന്നുവരുന്ന ഒരു പുഷ്പത്തിലുള്ളത്.

അപ്പോഴത് ഒരൊറ്റ വസ്തുവല്ല,
അതപ്പോൾ ബഹു-സൗരഭ്യമാർന്ന ഒന്നാണ്,
നാനാവിധ പ്രതിഭാസങ്ങളുടെ ഒന്നുചേരൽ.
അസ്തിത്വമപ്പോൾ വെറും 'ഒന്ന'ല്ല.
ഞാനതുകൊണ്ടാണ് 'ബഹു'
എന്ന വാക്കുപയോഗിക്കുന്നത്.
വൈയാകരണന്മാർ ആ പ്രയോഗം
തെറ്റാണെന്നു പറയുമെങ്കിലും.
അവർ പോയി തുലയട്ടെ!
ജീവിതത്തെ ആനന്ദപ്രദമാക്കുന്നത്
അതിന്റെ ബഹുവിധാനീയതയാണ്
-multi-is-ness
ആശു (Ashu) പോലും ചിരിക്കുന്നു.
ഒളിപ്പിക്കേണ്ടതില്ല,
ചിരിപോലും ഒരു നക്ഷത്രമാണ്.

ഈ ഉണ്മയെ ആരാധിക്കുവാൻ കഴിയില്ല.
അതിനെ ആരാധിക്കാൻ യാതൊരു മാർഗ്ഗവുമില്ല.
ജീവിക്കുവാനേ കഴിയൂ, സ്നേഹിക്കുവാനേ കഴിയൂ,
അതിൽ നൃത്തം ചെയ്യാനും പാടിയാനന്ദിക്കാനും-
എന്നാൽ അതിനെ ആരാധിക്കാനാവില്ല.

ഇക്കഴിഞ്ഞ ദിവസം
നിരൂപ വന്ന് ചോദിച്ചു, അവൾ
കുതിരസവാരിക്ക് പൊയ്ക്കോട്ടേയെന്ന്.
ഞാൻ പറഞ്ഞു, "വേണ്ട, എന്തെന്നാൽ
കുതിരകൾക്കു ദുർഗന്ധമുണ്ട്.
നീ തിരിച്ചുവരിക ദുർഗന്ധവുമായിട്ടായിരിക്കും.'
അവൾ കരയാൻ തുടങ്ങി, ഒരു കുഞ്ഞിനെപ്പോലെ.
ചേതന എന്റടുത്ത് ഓടിവന്നു പറഞ്ഞു,
'നിരൂപ വല്ലാത്ത കരച്ചിലാണ്.
വലിയ വലിയ കണ്ണീർത്തുള്ളികൾ
അവളുടെ കവിളുകളിലൂടെ
ഉരുണ്ടുവീണുകൊണ്ടിരിക്കുന്നു.'
ചേതന ചോദിച്ചു,
"എനിക്കൊന്നും മനസ്സിലാവുന്നില്ല.
ഞാനെന്താണു ചെയ്യേണ്ടത്?"
ഞാൻ ചേതനയോടു പറഞ്ഞു,
നിരൂപയോട് ഓക്കെ പറയാൻ.
അവൾക്ക് കുതിരസ്സവാരിക്കു പോകാം.
പിന്നീട് ചേതന വന്നു പറഞ്ഞു,

"നിങ്ങൾ അമ്പരപ്പിച്ചുകളഞ്ഞു!
ഞാനത് അവളോടു പറഞ്ഞപ്പോൾ,
അവളുടൻതന്നെ ചിരിക്കാൻ തുടങ്ങി.
അവളുടെ കണ്ണുനീർ ഉടനെ അപ്രത്യക്ഷമായി.
മുഴുമുഴുത്ത കണ്ണീർക്കണങ്ങളുടെ വരവുനിലച്ചു.
അവിശ്വസനീയം!"

ജീവിതമെന്നത്
ഇത്തരം കൊച്ചുകൊച്ചുകാര്യങ്ങളെക്കൊണ്ടുള്ളതാണ്;
കണ്ണുനീർത്തുള്ളികൾ.... കുതിരസവാരി...

ദൈവം
ആരാധിക്കപ്പെടാനുള്ളതല്ല,
ജീവിച്ചനുഭവിക്കാനുള്ളതാണ്.
കൊച്ചുകൊച്ചു കാര്യങ്ങളിലൂടെ...

ഒരു കപ്പു ചായ കുടിക്കുക, അല്ലെങ്കിൽ
ഒന്നും ചെയ്യാതെ വെറുതെയിരിക്കൽ
ജീവിതം വെറുതെ ഒരു ഗാനമാണ്,
വിശേഷിച്ച് അർത്ഥമൊന്നുമില്ലാത്തത്.

എന്റെ കണ്ണുകൾ കണ്ണീരുകൊണ്ടു നിറയട്ടെ.
ഇടയ്ക്കെപ്പോഴെങ്കിലുമൊക്കെ അതു മനോഹരമാണ്.
അശ്രുക്കളിലൂടെ ഒരുവൻ നവീകരിക്കപ്പെടുന്നു,
പുനർജ്ജനിക്കപ്പെടുന്നു.
ഓർമ്മവെക്കുക,
പ്രത്യക്ഷത്തിൽ, ഞാൻ എത്ര കർക്കശനായി
കാണപ്പെട്ടാലും, ഞാനങ്ങനെയല്ല.
ഞാൻ പരുക്കനായിട്ടുള്ള ഒരാളല്ല...

ഞാൻ
പുതിയ ഒരു പുൽനാമ്പിനോളം മൃദുവാണ്;
പ്രഭാതത്തിലെ മഞ്ഞുതുള്ളിയെപ്പോലെ...
എന്റെ കണ്ണുകളിൽ
മഞ്ഞുകണങ്ങൾ പ്രത്യക്ഷമായ്ക്കോട്ടെ.
എന്തു മനോഹരമാണിത്.
ഈ സൗന്ദര്യത്തിൽ,
ഞാനൊന്ന് കരഞ്ഞുകൊള്ളട്ടെ.

അതെ,
ഈ ഉയരങ്ങളിലേക്കാണ്, ഞാൻ
ഓരോരുത്തരേയും ക്ഷണിക്കുന്നത്.
ഇതാണ് വേദങ്ങളുടെ ഔന്നത്യം;
ബൈബിളിന്റേത്, ഖുറാന്റേത്;
ചുരുക്കിപ്പറഞ്ഞാൽ ഇതാണ് അല്ലാഹു.
സൂഫികളുടെ പ്രയോഗമാണത്;
അതിനർത്ഥം ദൈവഹിതമെന്നാണ്.

ഈ ലോകം നാമുണ്ടാക്കിയതല്ല.
നമുക്കെങ്ങനെയാണ് നക്ഷത്രങ്ങളെ സൃഷ്ടിക്കാനാവുക?
നമുക്കതു സാധ്യമല്ല.
അതിനാൽ സൂഫികൾ പറയുന്നു "അല്ലാഹു",
ദൈവത്തിന്റെ ഹിതം...
ദൈവമാകട്ടെ ഇല്ലതാനും.
ദൈവമെന്നു പറയാൻ ഒരു വ്യക്തിയില്ലതന്നെ,
ഒരു സാന്നിധ്യം മാത്രം.
നിങ്ങൾക്കത് അനുഭവിക്കണമെന്നുണ്ടെങ്കിൽ,
ഇപ്പോഴനുഭവിക്കുക, ഈ നിമിഷം.

ദൈവം
ഒഴുക്കാണ്
വർഷമാണ്
മഴയാണ്
കുട ഉണ്ടായിരിക്കുന്നുമില്ല.

സ്ത്രീ ഇടതുവശത്താകുന്നത് നല്ലതാണ്.
വലതുകൈ ബന്ധിക്കപ്പെടുന്നത്
മസ്തിഷ്ക്കത്തിന്റെ ഇടതുഭാഗത്തോടാണ്.
കണക്കുകൂട്ടുന്നതിനും
മറ്റു സാങ്കേതികതകൾക്കും അതുപയോഗപ്രദമാണ്...
*ദേവരാജും ദേവഗീതും
ഇടതുകൈ വലതുമസ്തിഷ്കത്തിനോട്..
സംഗീതജ്ഞർ, നർത്തകർ, ചിത്രകാരന്മാർ, ശില്പികൾ...
സുന്ദരമായിട്ടുള്ള സകലതും.

സ്ത്രീ ഇടതുവശത്താണ്.
അതുകൊണ്ടാണ്, കിഴക്ക് സ്ത്രീയെപ്പോഴും
ഭർത്താവിന്റെ ഇടതുവശത്തു നിലകൊള്ളുന്നത്.
അവളെപ്പോഴും ഇടതുവശത്താണു നില്ക്കുക.
അത് അവളോടുതന്നെയുള്ള ഒരോർമ്മപ്പെടുത്തലാണ്,
ഭർത്താവിനോടും.

ഒരു സ്ത്രീയെ ആർക്കു കേൾക്കാനാവും?
ധ്യാനിയായിട്ടുള്ള ഒരാൾക്ക്
നിശ്ശബ്ദനായിട്ടുള്ള ഒരാൾക്ക്.
സ്ത്രീയുടെ അരികെ യുക്തി അസാധ്യമാണ്.
ധ്യാനം മാത്രമേ....
ആളുകൾ ധ്യാനത്തിലായിരിക്കാൻ ശീലിക്കുന്നില്ലെങ്കിൽ
അവർ ഒരുമിച്ചു ജീവിക്കേണ്ടതെങ്ങനെയെന്ന്
പഠിക്കാൻ പോകുന്നില്ല.
പുരുഷനും സ്ത്രീയും വഴക്കിടുക മാത്രമേ ചെയ്യുന്നുള്ളൂ.
നിങ്ങൾ പരസ്പരം തുണിയെടുത്തെറിയുകയാണെങ്കിലും,
അതു സ്നേഹമല്ല,
ഇതാകട്ടെ എല്ലാ ദിവസവും
ഇരുപത്തിനാലുമണിക്കൂറും തുടരുന്നു.
ഒരുവന്റെ ജീവിതം ഒരു നരകമായിത്തീരുന്നു.

എന്നാൽ
ധ്യാനം ഇന്ദ്രജാലമാണ്.
അതിന് സാധാരണമായതിനെ
അസാധാരണമാക്കി മാറ്റാനാവും.

* Physicians

അതെങ്ങനെയെന്ന് വിശദീകരിക്കാൻ
ആർക്കും വാക്കുകൾ കണ്ടെത്താനാവില്ല.
അതിനു മുന്നിൽ കവിത മങ്ങിപ്പോകുന്നു.

അതു വിശദീകരിക്കുന്നതിൽ
കവിത തോറ്റുപോകുന്നു....
സംഗീതം തോറ്റുപോകുന്നു...
അതിനെ വിവരിക്കുന്നതിൽ
സർവ്വവും തോറ്റുപോകുന്നു...
സർവ്വവും,
മൗനം മാത്രം....

ദേവഗീത്,
ഭയപ്പെടാതിരിക്കുക.
എനിക്കറിയാം നീയെന്നെ സ്നേഹിക്കുന്നുവെന്ന്.
നീ ഈ കുറിപ്പുകൾ പകർത്തിക്കൊണ്ടിരിക്കുമ്പോൾ
എന്നെ വെറുതെ വിടുക.
ഞാനും ആശുവും ആകാശത്തിലേക്കു പറക്കട്ടെ...

നക്ഷത്രങ്ങളിലേക്ക്
മഴവില്ലുകളിലേക്ക്
അതീതങ്ങളുടെ ലോകത്തേക്ക്...

എനിക്ക് വിവരിക്കാനാവാത്തത്,
ആർക്കും തന്നെ അതു വിശദീകരിക്കാനാവില്ല.
ഞാനൊരു ഉന്മാദിയാണ്
എന്നോടൊപ്പം കഴിഞ്ഞുകൂടുക
അത്രയെളുപ്പമല്ല.

ഇതാണു പൂർണത
ഇതാണ് അതീതത്വം
ഇതാണ് സൂര്യോദയം
അതെ, അതുതന്നെ...
അതു പൊയ്ക്കഴിഞ്ഞിരിക്കുന്നു.

നക്ഷത്രങ്ങൾ
നൃത്തം വെയ്ക്കട്ടെ.

മഹത്തായിട്ടുള്ള സർവ്വതിന്റേയും
സ്രോതസ്സ് എത്ര നന്നായിരിക്കുന്നു.
മഹത്തായിട്ടുള്ള സകലതും
പിറവിയെടുക്കുന്നിടം....

മൈക്കലാഞ്ചലോ, ദസ്തെയെവ്സ്കി...

അതെ!
ഇതുതന്നെയാണത്!

5

ഞാനൊരിക്കലും ജോലി ചെയ്തിട്ടില്ല
ഞാനൊരു ജോലിക്കാരനല്ല.
ഞാൻ ചെയ്തിട്ടുള്ളത്,
ജീവിതം ആസ്വദിക്കുക മാത്രമാണ്,
അതിന്റെ അളവറ്റം വരേക്കും
അതിന്റെ ഓരോ നിമിഷവും.

> പൊട്ടക്കുളത്തിലേക്കെടുത്തു ചാടുന്ന
> പച്ചത്തവള
> പ്ലോപ്!

പുരാതനമായ ആ കുളത്തിൽ
അലകൾ വന്നുകൊണ്ടേയിരിക്കുന്നു,
ഒന്നിനു പുറകെ ഒന്നായി....

> ചെറിയ കുളം
> പച്ചത്തവളയുടെ കുതിപ്പ്
> പ്ലോപ്!

വൃത്തമിപ്പോൾ പൂർണമായിരിക്കുന്നു.
വൃത്തം മാത്രമാണ് പൂർണമായിരിക്കുന്നത്.
വൃത്തത്തിനു മാത്രമേ പൂർണതയെന്തെന്നറിയൂ
പൈതഗോറസിനിതറിയാമായിരുന്നു,
അതിനാലാണ് അദ്ദേഹം വൃത്തങ്ങളെക്കൊണ്ട്
ഇത്രയ്ക്കും സമ്മോഹിതനായത്.
അറിഞ്ഞവരെല്ലാംതന്നെ അറിഞ്ഞിട്ടുണ്ട്
അസ്തിത്വത്തിലെ ഒരേയൊരു പൂർണവസ്തു
വൃത്തമാണെന്ന്.

ഞാൻ ജനിച്ച ഗ്രാമം
ഹൈവേയിൽനിന്നും
കൃത്യമായി പതിനെട്ടു മൈലുകൾ ദൂരെയായിരുന്നു.
അതൊരു കുഗ്രാമമായിരുന്നു,
വലിയ കുന്നുകളൊന്നും
അതിനു താങ്ങാനാവുമായിരുന്നില്ല.
അതിലൊരു ചെറിയ കുളമുണ്ടായിരുന്നു
തവളകൾ എപ്പോഴുമതിലേക്ക്
എടുത്തുചാടിക്കൊണ്ടിരുന്നു.
ഞാൻ പക്ഷേ, അക്കാലത്ത്
ബാഷോയെപ്പറ്റി കേട്ടിട്ടുണ്ടായിരുന്നില്ല.
ഇപ്പോഴെനിക്കു കാര്യമെന്തെന്നു കാണാനാവുന്നുണ്ട്.
കുളത്തിലെ അലകൾ
എനിക്കു കാണാൻ കഴിയുന്നുണ്ട്,
നിശ്ശബ്ദതയും...
കടുത്ത നിശ്ശബ്ദത.
ഭൂമിയിൽ അപൂർവ്വമാണത്.

ജനക്കൂട്ടത്തിനോടു സംസാരിക്കുന്നത്
ഞാൻ നിർത്തി, എന്തെന്നാൽ
ജനക്കൂട്ടത്തിനോടു സംസാരിക്കുകയെന്നാൽ
താഴേക്കു വരികയെന്നാണർത്ഥം.

എനിക്കിപ്പോൾ, വ്യക്തികളോടു മാത്രമേ
സംസാരിക്കാനാവൂ;
എന്നോട് ഏറ്റവും അടുത്തവരോടുമാത്രം.
വാക്കുകളാകട്ടെ അംഗചലനങ്ങൾ മാത്രമാണ്.
സാധാരണയായി
വാക്കുകൾ വസ്തുക്കളായി മാറുന്നു-
ദൈവംപോലും ഒരു വസ്തുവായിത്തീരുന്നു
ആയിരക്കണക്കിനാളുകൾ
വസ്തുക്കളെയാണാരാധിക്കുന്നത്.

എന്നാൽ ദൈവം ഒരു വസ്തുവല്ല;
നിങ്ങൾക്ക് ദൈവത്തിന്റെ ഒരു രൂപവും
സൃഷ്ടിക്കാനാവില്ല.
ദൈവം സർവ്വവസ്തുക്കളുടേയും സമ്മേളനമാണ്.
കൂടിച്ചേരലാണ് ദൈവം
ദൈവം അതിൽനിന്നും വേറെയുമാണ്,
അതിന്നകത്തുമാണ്.

തത്ത്വചിന്തകരുടെ ദൈവം, തീർച്ചയായും
മരിച്ചുപോയിരിക്കുന്നു; എന്നെന്നേക്കുമായി.
പള്ളികളും മസ്ജിദുകളും ക്ഷേത്രങ്ങളുമെല്ലാം
ശൂന്യമാണ്....
ദൈവം മരണപ്പെട്ടിരിക്കുന്നു.
എന്നാൽ യഥാർത്ഥ ദൈവം മരിച്ചിട്ടില്ല.
അതിനാൽ നീഷേ(Nietesche)യും സത്യമല്ല,
റസ്സലാകട്ടെ, സാർത്രാകട്ടെ
ആരും സത്യമല്ല.
യഥാർത്ഥ ദൈവമാണ് യാഥാർത്ഥ്യം,
യഥാർത്ഥ സത്ത,
ഉൾച്ചേരൽ, സാമഞ്ജസ്യം.

  ഏറ്റവും ചെറുതു മുതൽ
  ഏറ്റവും വലിയതുവരേക്കും
  അർത്ഥശൂന്യത മുതൽ
  അർത്ഥപൂർണതവരേക്കും
  ഒരു കുഞ്ഞിന്റെ കരച്ചിൽമുതൽ
  കബീറിന്റെ സൂക്തങ്ങൾ വരേക്കും
  കോറിവരയലുകൾ തൊട്ട്
  മനോഹരചിത്രങ്ങൾ വരേക്കും
  ജ്ഞാനികൾ മുതൽ
  അജ്ഞാനികൾ വരേക്കും
  അവനാണ് കൂട്ടിയിണക്കുന്ന
  പാലമായിരിക്കുന്നത്
  ദൈവം.

ഇപ്പോൾ,
ഈ നിമിഷം,
ഞാനിതേപ്പറ്റി അറിയുകമാത്രം ചെയ്യുന്നു.
ഇത് ആരാധനയാണ്,
എന്നാൽ ഒരുവനിതിനെ സ്നേഹിക്കാവുന്നതാണ്...
അവനിതിനെ സ്പർശിക്കാവുന്നതാണ്...
തന്റെ കൈകളിൽ അതിനെ ചേർത്തുപിടിക്കാവുന്നതാണ്
അവനതിന്റെ ഇഴയടുപ്പത്തെ അനുഭവിക്കാവുന്നതാണ്.
തത്ത്വചിന്തകരുടെ ദൈവം മരണപ്പെട്ടത്
എത്ര നന്നായി.
ഞാനൊരു കവർച്ചാസംഘത്തലവനാണ്,
എന്നോടൊപ്പമുണ്ടാവുകയെന്നാൽ

കവർച്ചാസംഘത്തിൽ ചേരുകയെന്നുതന്നെയാണ്;
ഒരേസമയം ഒരു സോർബയും ബുദ്ധനുമായിരിക്കൽ.

എന്റെ കാഴ്ചപ്പാട്
പരമമായ ഉൾച്ചേർച്ചയുടേതാണ്,
എപ്പിക്യൂറിയനും (Epicurean) സാധകനും തമ്മിലുള്ളത്
ഭൗതികവാദിയും ആത്മീയനും തമ്മിലുള്ളത്.
ഞാൻ യാതൊരു വർഗ്ഗത്തിലും പെടുന്നില്ല,
എന്റേത് തീർത്തും വ്യത്യസ്തമായ മറ്റൊന്നാണ്.

ഇത് ഏറെ മനോഹരമാണ്,
ഞാനുദ്ദേശിക്കുന്നത്.... ഏറെ പ്രാർത്ഥനാനിർഭരമാണ്,
ആരാധകനെ ഉദ്ദീപിപ്പിക്കുന്നത്.
മനോഹരം എന്നു പറയുമ്പോൾ, ഞാനുദ്ദേശിക്കുന്നത്
അതെപ്പറ്റി യാതൊന്നും പറയാനാവില്ലെന്നാണ്.
ഞാൻ, ചന്ദ്രനുനേരെ
എന്റെ വിരൽചൂണ്ടുക മാത്രമാണ് ചെയ്യുന്നത്;
എന്നാൽ, എന്റെ വിരലല്ല ചന്ദ്രൻ.

ഒരുവന് നിശ്ശബ്ദനായിരിക്കാൻ
കഴിയാത്ത നിമിഷങ്ങളുണ്ട്.
അവന് അത്രയൊന്നും പറയാനാവില്ല,
പക്ഷേ, അവനത് മറ്റുള്ളവരുമായി
പങ്കുവെക്കാനാഗ്രഹിക്കുന്നു,
പ്രകടിപ്പിക്കാനാഗ്രഹിക്കുന്നു.
ഇതുവരേക്കും ആർക്കുംതന്നെ 'അത്'
എന്താണെന്ന് പറയാൻ കഴിഞ്ഞിട്ടില്ല.
എന്നുമാത്രമല്ല,
അതെപ്പറ്റി പറയാതിരിക്കാൻ ശ്രമിച്ചിട്ടും
ആർക്കുംതന്നെ, ഇതുവരേക്കും, അതിനു കഴിഞ്ഞിട്ടില്ല.

ഇരുപത്തിയഞ്ചു വർഷമായി ഞാൻ
തുടർച്ചയായി സംസാരിച്ചുകൊണ്ടിരിക്കുന്നു;
പക്ഷേ, തെറ്റിദ്ധരിക്കപ്പെടുകമാത്രമേ ഉണ്ടായുള്ളൂ.
ഞാൻ അതുകൊണ്ടാണ്,
ആൾക്കൂട്ടത്തിൽനിന്നും മാറിയത്,
എന്നാൽ തെരഞ്ഞെടുക്കപ്പെട്ട
ചുരുക്കം ചിലർക്കുവേണ്ടി
ഞാൻ എല്ലായ്പ്പോഴും ലഭ്യമാണ്.

ആശു ഇക്കിളിപ്പെടുന്നത് ഞാൻ കേൾക്കുന്നുണ്ട്
എന്തുചെയ്യാം, അവളിപ്പോഴും ഒരു വനിതയാണ്, a lady

എന്റെ തൊട്ടടുത്ത്,
എന്റെ വശത്ത്, അവൾ ഒരു 'ladyship'
ആയി നിലകൊള്ളുകയാണ്.

ചിരിക്കുക, ഇക്കിളിപ്പെടുകയല്ല വേണ്ടത്.

കുലുങ്ങിച്ചിരിക്കുക, നക്ഷത്രങ്ങൾ അടർന്നുവീഴട്ടെ
ചുരുങ്ങിയപക്ഷം, ഈ വീടെങ്കിലും വീണുപോകും.
ഭയപ്പെടേണ്ടതില്ല, നാം ഉയരത്തിലേക്കു പോവുകയാണ്.
'നാം' എന്ന് ഞാൻ അറിഞ്ഞുകൊണ്ട് പ്രയോഗിച്ചതാണ്.
എന്തെന്നാൽ, ഞാൻ നിങ്ങളെ
മുകളിലേക്കു വലിച്ചുയർത്തുകയാണ്.
നാം ഉയരങ്ങളിലേക്കു പൊയ്ക്കൊണ്ടിരിക്കുകയാണ്,
ഓരോ നിമിഷവും,
കൂടുതൽ കൂടുതൽ ഉയരങ്ങളിലേക്ക്
ഞാൻ സംസാരം നിർത്തുകയാണെങ്കിൽ,
ഞാൻ അത്യദ്ഭുതാനുഭൂതികളിലാണെന്നേ അതിനർത്ഥമുള്ളൂ.
'ആഹാ!' എന്നല്ലാതെ എനിക്കെന്താണ് പറയാനാവുക!
-ജീവിതത്തിന്റെ ഏറ്റവും മഹത്തായ ഗീതം
-പാടാനാവാത്ത അതീന്ദ്രിയ സൗന്ദര്യം.

രബീന്ദ്രനാഥ്, ഇന്ത്യയുടെ ഏറ്റവും മഹാനായ കവി
ആറായിരത്തോളം കവിതകളെഴുതിയിട്ടുണ്ട്.
അദ്ദേഹം മരിക്കാൻ കിടക്കുമ്പോൾ
ഒരു സുഹൃത്ത് അദ്ദേഹത്തോട് ചോദിച്ചു.
"ദൈവമേ! അങ്ങെന്താണ് കരയുന്നത്?"
എൺപതാമത്തെ വയസ്സിലും
അദ്ദേഹം കരയുന്നതറിഞ്ഞ്
എന്റെ കണ്ണുകളിലും കണ്ണുനീർ വരുന്നു.
പുരുഷനായാൽ സമചിത്തനായിരിക്കണമെന്നാണ്
ആളുകൾ വിചാരിക്കുന്നത് - ഇന്ത്യയിൽ വിശേഷിച്ചും-
ശാന്തഗംഭീരനായിരിക്കണമെന്ന്,
മരണത്തെ ശാന്തതയോടെ സ്വീകരിക്കണമെന്ന്.
സുഹൃത്ത് പറഞ്ഞു,
"ദൈവം നിങ്ങൾക്ക് ഇത്രയും മഹത്തായ
പ്രതിഭ സമ്മാനിച്ചിരിക്കുന്നു.
നിങ്ങൾ ആറായിരത്തോളം ഗീതങ്ങൾ
പാടിക്കഴിഞ്ഞിരിക്കുന്നു.
ഇനിയും നിങ്ങൾ കരയുകയാണോ?"

രബീന്ദ്രനാഥ് പറഞ്ഞു,
ഈ നിറഞ്ഞ കണ്ണുകളുമായി
ഞാനിപ്പോൾ സംസാരിക്കുന്നതുപോലെത്തന്നെ,
"അതുകൊണ്ടാണ് ഞാൻ കരയുന്നത്
ആ ആറായിരം ഗീതങ്ങളും ശ്രമങ്ങളായിരുന്നു,
പക്ഷേ തോൽവികൾ, വിഫലമായവ.
പാടാതിരുന്ന ഗീതം ഇപ്പോഴും ഒളിഞ്ഞുകിടപ്പാണ്.
ഞാൻ തേങ്ങിക്കരയുകയാണ്, ദൈവത്തോട്
ഒരല്പംകൂടി സഹായം യാചിച്ചുകൊണ്ട്
ഒരുപക്ഷേ, അടുത്തതവണ, എനിക്ക്
അല്പംകൂടി വിജയിക്കാനായാലോ.
നിങ്ങൾ പറയുന്നത് ഞാൻ കരയരുതെന്നാണോ...
ഇതെന്റെ അവസാനശ്വാസമാണ്..."

അശ്രുകണങ്ങൾ നിറഞ്ഞ കണ്ണുകളുമായി
രബീന്ദ്രനാഥ് മരണപ്പെട്ടു.

എത്ര മനോഹരമായ മരണം!-
മനോഹരമായ ഒരു ജീവിതവും.
തുറന്നുപറയാൻ കാണിച്ച ധൈര്യം-
യഥാർത്ഥ ഗീതം ഇനിയും ആലപിക്കപ്പെട്ടില്ലെന്ന്,
ഒരു നോബൽസമ്മാനജേതാവായിട്ടും.

എനിക്കു പറയാനാവില്ല
ഞാൻ എന്താണ് കാണുന്നതെന്ന്...
എനിക്കതു വിശദീകരിക്കാനാവില്ല.
അതൊരു പരാജയമാവുകതന്നെ ചെയ്യും.
എന്നാൽ അതെപ്പറ്റി ഖേദിക്കാനൊന്നും തന്നെയില്ല.
മഹത്തായ സൗന്ദര്യത്തിനുമുമ്പിൽ
പരാജയമടയുകയാണ്,
ശ്രമിക്കാതിരിക്കുന്നതിനേക്കാൾ ഭേദം.

ഞാൻ കാണുന്നു
പിന്നിലാക്കപ്പെട്ട മേഘങ്ങൾ,
പിന്നിലാക്കപ്പെട്ട പർവ്വതശിഖരങ്ങൾ,
വിട്ടുപോരപ്പെട്ട സകലതും...
ദിവ്യത്വത്തിന്റെ മാർഗ്ഗമിതാണ്,
ഇതാണസ്തിത്വം,
പാഗനിസം.
ഞാൻ സൗന്ദര്യത്തെ സ്നേഹിക്കുന്നു,
ഞാൻ ലോകത്തെ സ്നേഹിക്കുന്നു,

പൂക്കളെ, മരങ്ങളെ, നക്ഷത്രങ്ങളെ....
ഞാൻ സ്നേഹിക്കുന്നു,
വെറുതെ സ്നേഹിക്കുകമാത്രം....

പക്ഷേ,
ഞാനൊരു സോർബ മാത്രമല്ല
എന്റെ സ്നേഹത്തെപ്പറ്റിയും
ഞാൻ ബോധവാനാണ്.

ഈ നിമിഷങ്ങളിൽപോലും,
ഏറെ ദൂരെയുള്ള എന്തോ ഒന്നെന്ന്,
മറ്റാരുടേയോ ശരീരമെന്ന്,
എന്റെയീ ശരീരത്തെപ്പറ്റി തോന്നുന്ന
ഈ നിമിഷങ്ങളിൽപോലും.

ഞാനിരിക്കുന്നത്
മൃതശരീരങ്ങൾക്കു സമീപമാണ്.
അത് ഒരേപോലെയുള്ളതല്ല.
ഞാനറിയുന്നുണ്ട്.
ഞാൻ മരണപ്പെട്ടവനല്ല.
എനിക്ക് മരണപ്പെടാനാവില്ല,
അസാധ്യമാണത്.

        ഞാൻ അനശ്വരനാണ്.
        അനശ്വരതയുടെ സത്ത്...
        അത്.
        നിങ്ങൾ ഉണ്ടായിരിക്കുന്നു.
        സർവ്വവും.
        യാതൊന്നും മരിക്കുന്നില്ല.

സർവ്വതും, വ്യത്യസ്തമായ രൂപങ്ങളിൽ
തുടരുകയാണ് ചെയ്യുന്നത്;
എന്നാൽ ഉയർന്ന തലത്തിലുള്ളത്.
താഴ്ന്ന തലത്തിലേക്കു നിങ്ങൾ വീഴുന്ന നിമിഷം
അത് നരകമാണ്.
അതു നല്ലതല്ല.
വൃത്തിഹീനമാണത്.
"ഏറെ അഗാധം - very deep" എന്നതിനുപകരം
ഒരു നല്ല പദം കണ്ടെത്താൻ
ഏറെ പ്രയാസമുണ്ട്....
അതെങ്ങനെയാണ് സാധിക്കുക?

ധാരാളം വാക്കുകളുണ്ട്, എന്നാൽ
അവയൊന്നുംതന്നെ അതിനെ പ്രകടമാക്കുന്നില്ല.
അതെപ്പറ്റി ഒന്നും പറയാനാവില്ല, അത്രതന്നെ.
ഏറിയാൽ നിങ്ങൾക്കതിനെ പങ്കിടാമെന്നു മാത്രം.
എന്നാൽ,
ഇത് അതീവസുന്ദരമാണ്,
ഏറെ മനോഹരം.
ഓരോ ദിവസവും പിന്നെയും മുകളിലോട്ടു പോവുക.
ആകാശംപോലും പുതിയതെന്നു തോന്നിക്കുന്ന
നിമിഷങ്ങളിതാണ്.
നക്ഷത്രങ്ങൾ പുനർജനിക്കുകയാണ്,
എന്തെന്നാൽ എന്റെ കണ്ണുകൾ പുതിയവയാകുന്നു.

രസതന്ത്രത്തിന്
നിങ്ങൾക്കൊരു സ്നാനം സമ്മാനിക്കാനാവും.
എല്ലാവർക്കും ആവശ്യമുള്ളത്...
ക്രിസ്ത്യാനികളും ഹിന്ദുക്കളും ബുദ്ധമതക്കാരുമൊക്കെ
സ്നാനം ചെയ്യപ്പെടേണ്ടിയിരിക്കുന്നു,
കുളിച്ചു കുതിരേണ്ടിയിരിക്കുന്നു,
അവർക്കപ്പോൾ പിന്നെയും നവീനമാകാം.
കൊച്ചുകുട്ടികളെപ്പോലെ... നിർമ്മലം.
നിഷ്ക്കളങ്കം, സ്വീകാരോന്മുഖം,
അദ്ഭുതാഹ്ലാദങ്ങൾ നിറഞ്ഞ്...

എന്നെപ്പോലൊരാളെ രണ്ടുതവണ ശ്രവിക്കുകയെന്നത്
വിഷമം പിടിച്ച പണിയാണ്,
ഓരോ ദിവസവും.
എന്റെ കാഴ്ചപ്പാടുകളെ പങ്കുവെക്കാൻ
ഇതെനിക്ക് അവസരം നല്കുന്നു.
പക്ഷേ, എനിക്കത്
വാക്കുകളിൽ നല്കാനാവില്ല.
എന്റെ കണ്ണീർക്കണങ്ങൾ
അതു കാണിക്കുന്നുണ്ട്.
എനിക്കതു പറയാനാവില്ല.

എനിക്ക് യാതൊന്നും കേൾക്കാനാവുന്നില്ല
ഓരോരുത്തരും മാലിന്യക്കൂമ്പാരമാണ്
ഞാൻ കേൾക്കാൻ ആഗ്രഹിക്കുന്നില്ല.
ഞാൻ വീണ്ടും വിശ്രാന്തിയിലമർന്ന്
മഴവില്ലുകളെ ദർശിക്കട്ടെ.

ഇതാണ് കവിതയുടെ ഉൾക്കാമ്പ്
ഇതാണ്, ജീസസ് തന്റെ
സാരോപദേശകഥകൾ
പകർന്നു നല്കിയ നിമിഷം
ഗിരിപ്രഭാഷണം, വിശേഷിച്ചും.
അതുച്ചരിക്കപ്പെട്ടത്
ഇത്തരമൊരു നിമിഷത്തിലാണ്.

ഗിരിപ്രഭാഷണമെന്നതുകൊണ്ട് അർത്ഥമാക്കുന്നത്
അതുച്ചരിക്കപ്പെട്ടത്
ഏതെങ്കിലും മലമുകളിൽനിന്നെന്നല്ല.
അസാധാരണമായ ഔന്നത്യത്തിൽ നിന്നെന്നാണ്.
ഈ ഉയരത്തിൽനിന്ന്
ഈയൊരു ഉയരത്തിൽനിന്നു മാത്രമേ
സത്യത്തേയും സൗന്ദര്യത്തേയുംപറ്റി
സംസാരിക്കാനാവൂ.
ഇതാണാ സൗന്ദര്യം.
ഇതാണാ നിമിഷം.
മഹത്തായ രത്നങ്ങൾ സൃഷ്ടിക്കപ്പെടുന്ന നിമിഷം.
ആ നിമിഷത്തിന്
ഏറെ സമീപസ്ഥമാണ് നിങ്ങൾ...
അതേസമയം ഏറെ ദൂരെയും.
അത് നിങ്ങൾക്കുള്ളിൽത്തന്നെയുണ്ട്;
നിങ്ങൾ നിങ്ങൾക്കുള്ളിലേക്ക് കൂപ്പുകുത്തുമ്പോഴൊക്കെയും
നിങ്ങൾക്കതിലേക്കെത്താവുന്നതാണ്.
എന്നാൽ, ഒരു തരത്തിലും
നിങ്ങളുടെ ജീവിതത്തിൽ ഇടങ്കോലിടാൻ
ഞാനാഗ്രഹിക്കുന്നില്ല.

പതിനഞ്ചുമിനിട്ടിൽ
എനിക്ക് ഒരു 'ഗിരിപ്രഭാഷണം' സൃഷ്ടിക്കാൻ കഴിയും.
ഈയൊരൊറ്റ നിമിഷം
സത്യത്തിൽ ധാരാളമാണ്.
ഞാനെന്തിനെപ്പറ്റിയാണ് സംസാരിക്കേണ്ടത്?
ഞാൻ നിങ്ങളോടല്ല ചോദിക്കുന്നത്,
ഞാൻ ചോദിക്കുന്നത്
എനിക്കു ചുറ്റുമുള്ള ഈ
ആനന്ദസ്വർഗസാഗരത്തോടാണ്...

ഓ പ്രഭു,
ഞാനെന്തിനെപ്പറ്റി സംസാരിക്കണം?
സൗന്ദര്യത്തെപ്പറ്റി?
ആനന്ദത്തെപ്പറ്റി?
മൗനത്തെപ്പറ്റി?

പറയാനൊരുപാടുണ്ട്,
എന്നാൽ, സർവ്വവും ഒന്നിലേക്കുൾച്ചേരുകയാണ്.
ആനന്ദമായാലും
സൗന്ദര്യമായാലും
മൗനമായാലും
ഒരേ അർത്ഥമാണെല്ലാത്തിനും
മൗനം...

എന്റെ ഒരേയൊരനുഭവം
അഗാധമായ മൗനത്തിന്റേതാണ്
അതിൽ,
ഞാൻ പോലുമില്ലാതാകുന്നു...
മൗനം മാത്രം ഉണ്ടായിരിക്കുന്നു...
അനന്തമായി,
അവസാനമില്ലാതെ,
അതിരുകളില്ലാതെ.

വാക്കുകൾ–
അവയ്ക്ക് കുറച്ചെന്തെങ്കിലും ചെയ്യാനാവും.
എന്നാൽ, യഥാർത്ഥത്തിൽ
കാര്യമായെന്നുമാവില്ല.
ഒരുവന് അതീതത്തിൽ നിലകൊള്ളാനായാൽ,
അവൻ അവയെ (വാക്കുകളെ) കൈവിട്ടിരിക്കുന്നു.

ആൽക്കെമിയുടെ (രാസവിദ്യ)
ഒരു ഉപോത്പന്നമാണ് രസതന്ത്രം.
പാതിരിമാരിൽനിന്നും
പുരോഹിതന്മാരിൽനിന്നും
ധ്യാനത്തിന്റെ സത്തിനെ
മറച്ചുവെക്കാനുള്ള ഒരു ശ്രമമായിരുന്നു
ആൽക്കെമി.
അതിന്റെ മുഖാവരണത്തിനു പിന്നിൽ
ശുദ്ധമായ ആത്മീയതയാണ്.
ഈ നോഹയുടെ പേടകത്തിലുള്ളത്
സത്യത്തിന്റെ സൂക്ഷ്മസത്താണ്;

സൗന്ദര്യത്തിന്റെ
പ്രജ്ഞയുടെ...
സൗന്ദര്യമാണ് ഏറ്റവും അവസാനത്തെ,
പരമമായിട്ടുള്ള പ്രാർത്ഥന.

സമയമുണ്ടായിരുന്നെങ്കിൽ
ഞാൻ
ഒരു ഗീതംകൂടി ആലപിച്ചേനെ.
എന്റെ ഗീതത്തിൽ കാര്യമായൊന്നുമുണ്ടാവില്ല.
അതൊരു കിളിയൊച്ചയാണ്,
ഒരുപക്ഷേ അതിലും ചെറുത്,
എന്നാൽ,
ഒരു വെറും കിളിപ്പാട്ടു പാടുമ്പോൾ
ആരെന്തു ഗൗനിക്കാനാണ്!
അതു വെറും നിറങ്ങളാകാം
ഒരു മാരിവില്ലിന്റേത്.

എന്റെ വിരലുകൾ?
-ഭയക്കേണ്ടതില്ല.
അതൊരു പഴയ ശീലമാണ്.
സംസാരിക്കുമ്പോൾ
ഞാൻ എന്റെ കൈകളും
വിരലുകളുമുപയോഗിക്കുന്നു.
ആ സ്വഭാവമുണ്ടാകുന്നത്,
വാക്കുകൾക്ക് അതിനെ വേണ്ടവിധം
പ്രകടിപ്പിക്കാനാവാത്തതിനാലാണ്.
ഒരംഗുലീ ചലനം,
വെറുമൊരാംഗ്യം,
അവയ്ക്ക് ഏറെ കൂടുതൽ പറയാനായെന്നു വരും.
കൈകൾ ഏറെ പ്രകടനോന്മുഖമാണ്.

മനുഷ്യനെ ഞാൻ ഇവ്വിധം
ഓർക്കാനാഗ്രഹിക്കുന്നു.
ഉയരങ്ങളിൽനിന്നും താഴോട്ടിറങ്ങുകയെന്നത്,
ശരീരത്തിലേക്കു തിരിച്ചുവരികയെന്നത്
ഏറെ ശ്രമകരമാണ്...
അതിന് കുറച്ചു സമയമാവശ്യമുണ്ട്.
എനിക്കു മാപ്പുതരിക.

6

അതെ. കയ്യയഞ്ഞിരിക്കുകയെന്നാൽ
ഞാനർത്ഥമാക്കുന്നത് ഇതുതന്നെയാണ്.

മനസ്സെല്ലായ്പ്പോഴും പിശുക്കനാണ്,
എപ്പോഴും ഒരു ചതിയൻ.
അതങ്ങനെയാവാനേ തരമുള്ളൂ.
മനസ്സെല്ലായ്പ്പോഴും പരിമിതപ്പെടാൻ ശ്രമിക്കുന്നു,
വിരാമമിടാൻ; എന്തുകൊണ്ടെന്നാൽ
പരിമിതമായതിനെ നിയന്ത്രിക്കാൻ സാധ്യമാണ്.
ഒരുവൻ സർവ്വതിലേക്കും പൂർണമായും
സ്വയം സമർപ്പിക്കേണ്ടതുണ്ട്.
അപ്പോഴവനറിയാനാകും
ജീവിതത്തിന്റെ ഉണ്മയെന്തെന്ന്.
ജീവിതത്തിന്റെ ആന്തരികചേതനയാണത്...
..... മഹത്തായതോ വിശുദ്ധമായതോ അല്ല,
ഒന്നിനെ മറ്റൊന്നിനോട് ചേർത്തുകെട്ടുന്നതോ അല്ല.

ഞാനൊരു വിപ്ലവം നയിക്കുകയായിരുന്നു;
ക്രമാനുഗതമായിട്ടുള്ള യാതൊന്നുമല്ല
-ഇടയ്ക്കെങ്കിലും ഭയരഹിതമായിരിക്കുക
ഓർമ്മവെയ്ക്കുക,
എന്നോടൊപ്പം യാതൊരപകടവും വരാനില്ല
എനിക്ക് യാതൊന്നും നഷ്ടപ്പെടാനില്ല
സർവ്വവും എനിക്ക് നഷ്ടപ്പെട്ടിരിക്കുന്നു.

കൂടുതലായൊന്നും എനിക്കു നഷ്ടപ്പെടാനില്ല.
എന്തെന്നാൽ, ഇനിയുള്ളത്
നഷ്ടപ്പെടാനാവാത്തതാണ്-
ഒരിക്കലും.

ഉപനിഷത്തുകൾ പാടുന്നു,
"ഞങ്ങളെ അമരത്വത്തിലേക്ക് നയിക്കേണമേ..."
നിങ്ങൾക്കുവേണ്ടി ആർക്കാണിതു ചെയ്യാനാവുക?
വെറുതെയാണത്.
നിങ്ങൾക്കു മാത്രം പോകാനാവും, നിങ്ങൾക്കുമാത്രം;
മറ്റാർക്കുംതന്നെ നിങ്ങളെ നയിക്കാൻ ആവില്ല, എവിടേക്കും
നിങ്ങൾക്കു മാത്രം.
ഉപനിഷത്തുക്കൾ തുടർന്നു പാടുന്നുണ്ട്,
എന്നാൽ അവ മനോഹരമായ വാക്കുകൾ മാത്രമാണ്.
വാക്കുകൾ വാക്കുകൾ മാത്രമാണ്;
എത്രതന്നെ സുന്ദരമായിരുന്നാലും,
അവ പൊള്ളയാണ്.
അവയ്ക്കൊരിക്കലും കവിതയെ ഉള്ളടക്കാനാവില്ല,
അവയിലൊരിക്കലും സത്തുണ്ടായിരിക്കുന്നില്ല.

"അല്ലയോ പ്രഭൂ,
ഞങ്ങളെ അസത്തിൽനിന്നും
സത്യത്തിലേക്കു നയിച്ചാലും..."

പക്ഷേ എങ്ങനെയാണ്
മറ്റാർക്കെങ്കിലും നിങ്ങളെ അസത്തിൽനിന്നും
എടുത്തുമാറ്റാനാവുക?
നിങ്ങളതിനോട് അള്ളിപ്പിടിച്ചിരിക്കുകയാണ്.
മറ്റാരുമല്ല നിങ്ങളെയതിനോട്
ചേർത്തുപിടിച്ചിരിക്കുന്നത്,
നിങ്ങൾ തന്നെയാണ് ഒട്ടിച്ചേർന്നുനില്ക്കുന്നത്;
നിങ്ങളിലെ വെറുപ്പിലുണ്ടത്,
നിങ്ങളിലെ കോപത്തിലുണ്ട്,
നിങ്ങളിലെ അസൂയയിൽ
നിങ്ങളിലെ പിശുക്കിൽ.
അതെപ്പറ്റിയുള്ള നിങ്ങളുടെ
ശരിയായ ഗ്രാഹ്യത്തിനല്ലാതെ
ആർക്കാണ് നിങ്ങളെ അപ്പുറത്തേക്കു
കൊണ്ടുപോകാനാവുക?

ഞാൻ ഉറപ്പിച്ചു പറയുന്നു,
അവഗ്രാഹ്യം മാത്രമാണു മാർഗ്ഗം
അതാകട്ടെ, നിങ്ങൾക്കുവേണ്ടി
മുൻകൂട്ടി നിർമ്മിക്കപ്പെട്ടിട്ടുള്ള ഒന്നല്ല.
നിങ്ങൾതന്നെ വെട്ടിയുണ്ടാക്കേണ്ടതുണ്ടത്.
നിങ്ങൾതന്നെ ഉണ്ടാക്കിയെടുക്കേണ്ടതുണ്ടത്,
ജീവിക്കുന്നതിലൂടെ, നിങ്ങൾതന്നെ
ആ മാർഗ്ഗത്തെ ഉണ്ടാക്കിയെടുക്കേണ്ടിയിരിക്കുന്നു.
മറ്റു യാതൊരു വഴിയുമില്ല.

ഈ ഉൺമയെ
ഇതിനു മുമ്പൊരിക്കലും
നിങ്ങളനുഭവിച്ചിട്ടില്ല.
അപൂർവ്വമാണിത്.

ഹിമാലയം നിറച്ചും മഞ്ഞാണ്,
ശുദ്ധശുഭ്രമായത്,
നിർമ്മലമായത്,
വിശുദ്ധി.
'മഞ്ഞിൻവെണ്മ'യെന്ന വാക്ക്
അർത്ഥമാക്കുന്നത് അതാണ്.
എന്റെ നിറവും അതാണ്.
ഓറഞ്ച് എന്റെ ശിഷ്യരുടെ നിറമാണ്,
സൂര്യോദയത്തിന്റെ നിറം.
എന്റെ നിറം വെളുപ്പാണ്,
അതു മാത്രമേ സാധ്യമാവൂ.
എന്തെന്നാൽ, വെളുപ്പിൽ എല്ലാ
നിറവും അടങ്ങിയിരിക്കുന്നു.
അത് സർവ്വമാണ്,
ഏകവും.

നിങ്ങൾ എന്നെ ശ്രവിക്കേണ്ടതുണ്ട്,
പൂർണമായിത്തന്നെ.
ഇതൊരു one-way affair ആണ്;
ഞാൻ സംസാരിക്കും, നിങ്ങൾ ശ്രദ്ധിക്കുക...
ഞാൻ നിങ്ങളോട് ആജ്ഞാപിക്കുകയാണ്.
മറ്റു മാർഗ്ഗമൊന്നുമില്ല.
ഞാൻ നിങ്ങളുടെ ആത്മാവിന്മേൽ
പ്രവർത്തിച്ചുകൊണ്ടിരിക്കേ,
എന്നെ ശല്യം ചെയ്യാതിരിക്കുക.

നോക്കൂ: ഞാനൊരു പാവം മനുഷ്യനാണ്,
ഏറ്റവും ദരിദ്രനായവൻ.
എന്നാൽ ഏറ്റവും ധനികനായ ദരിദ്രനാണ് ഞാൻ;
അങ്ങനെയൊന്ന് സാധ്യമാണെങ്കിൽ.
ഈ ഭൂമിയിലെ രാജാക്കന്മാർക്കുപോലുമില്ലാത്ത
സകലതും എനിക്കു സ്വന്തമായുണ്ട്.
നെപ്പോളിയനും അലക്സാണ്ടറുമെല്ലാം
അസൂയപ്പെടുന്നുണ്ടാവും...
തീർച്ചയായും.

അതിനാൽ, ശ്രദ്ധിക്കുക
എന്നോട് യാതൊന്നും പറയാൻ ശ്രമിക്കാതിരിക്കുക.
എന്തെന്നാൽ,
നിങ്ങൾ പറയുന്നതെന്തായാലും
പരമ വിഡ്ഢിത്തമാണത്, Bullshit!
എന്നെപ്പറ്റിയാണെങ്കിൽ,
ഞാൻ ഞാൻ മാത്രമായിരിക്കാൻ ആഗ്രഹിക്കുന്നു.
ഒരു ദിവസം,
ഞാനിവിടെ പറയുന്നതെല്ലാം,-
നിങ്ങളുടെ 'നോഹയുടെ പേടക'ത്തിന്റെ
ഈ സ്വകാര്യതയിൽ-
ഉറക്കെ പ്രഖ്യാപിക്കേണ്ടിവരും.
കാത്തിരിക്കുക.

> മഹത്തായിട്ടുള്ളതെല്ലാം ഉണ്ടായിവരുന്നത്
> ഇവിടെ നിന്നാണ്.
> ശോഭിതമായിട്ടുള്ളതെല്ലാം ഉണ്ടായിവരുന്നത്
> ഇവിടെ നിന്നാണ്.
> സുന്ദരമായിട്ടുള്ളതെല്ലാം ഉണ്ടായിവരുന്നത്
> ഇവിടെ നിന്നാണ്.

ഞാൻ ശങ്കിക്കുന്നു,
എന്റെ വിരലുകൾക്കുപോലും
ഞാനാഗ്രഹിക്കുന്നതെന്താണെന്ന്
പറയാനാവുന്നില്ലെന്ന്.

കൊടുമുടികളുടെ ഈ അത്യുന്നതങ്ങളിൽ കഴിയാൻ
ഞാൻ ഇഷ്ടപ്പെടുന്നു.
ഞാൻ ഉയരങ്ങളെ ഇഷ്ടപ്പെടുന്നയാളാണ്.
ഈ സൗന്ദര്യം...

ഇതാണ് 'സുന്ദരം'
(സത്യം ശിവം സുന്ദരം)
ഇത്, എന്റെ പ്രണിതാക്കളോടുമാത്രം
വിശദീകരിക്കാൻ കഴിയുന്ന എന്തോ ആണ്.
മനോജ്ഞമാണിത്.
ഇതൊരു കഥയല്ല, നോവലുമല്ല.
ഇതാണ് യാഥാർത്ഥ്യം.
എന്റെ കണ്ണീർകണമാണ് തെളിവ്.
സത്യം തെളിയിക്കപ്പെടേണ്ടത്
ഒരുവന്റെ കണ്ണുനീരുകൊണ്ടാണ്;
അവന്റെ അസ്തിത്വംകൊണ്ട്;
അവന്റെ ജീവിതരീതികൊണ്ട്.

ഒരു ശാസ്ത്രജ്ഞന് ഉദാരനായിരിക്കാനാവില്ല.
അയാൾക്ക് ശ്രദ്ധാവാനായിരിക്കേണ്ടതുണ്ട്.
അയാൾക്ക് ഒരു കാൽക്കുലേറ്ററാകേണ്ടതുണ്ട്
ജാഗ്രവത്താകേണ്ടതുണ്ട്...
വീണ്ടും വീണ്ടും അയാളുടെ ഇടതുഭാഗം
(മസ്തിഷ്കത്തിന്റേത്)
പിടിമുറുക്കുകയാണ്.
ആശു(Ashu)വാണ് വിജയിക്കുന്നത്.
ഇതൊരു ധ്രുവസംഘാതമാണ്.
ദേവഗീത്-പുരുഷൻ-വലതുഭാഗത്ത്;
യാദൃച്ഛികമല്ലിത്.
പുരുഷന് ഇടതുഭാഗത്താകാനാവില്ല-
സ്ത്രീക്കു മാത്രമേ ഇടതുഭാഗത്താകാനാവൂ.
എന്തെന്നാൽ,
ഒരു സ്ത്രീക്കു മാത്രമേ, ഇടതുഭാഗത്തുനിന്നും
എന്നോടു വിനിമയിക്കാനാവൂ.
പുരുഷൻ
ഈ വെറും വലംകൈയാണ്-
പണിയെടുക്കാവുന്നത്, ഉപയോഗപ്പെടുത്താവുന്നത്,
സാങ്കേതികത്തികവുള്ളത്; എന്നാൽ,
മറ്റൊന്നിനും കൊള്ളില്ലാത്തതാണത്.
വലതുവശത്ത് കവിതയില്ല,
അതിനാൽ പുരുഷൻ വലതുവശത്തായിരിക്കണം;
അപ്പോഴാണവൻ ശരിയായിരിക്കുന്നത്.
ഇടതുവശത്താകാൻ ശ്രമിക്കുമ്പോൾ,
അവൻ തെറ്റാണ്.

ഭയപ്പെടേണ്ടതില്ല,
എനിക്ക് ഭ്രാന്തോ മറ്റോ വന്നുപോകുന്നോയെന്ന്-
അസാധ്യമാണത്.
ഭ്രാന്തനായിട്ടുള്ള ഒരുവന്
വീണ്ടുമെങ്ങനെ ഭ്രാന്തുവരാനാണ്?
അസാധ്യം!
അതിനാൽ, എന്നോടൊപ്പം
നിങ്ങൾക്ക് തീർത്തും ഭയരഹിതരായിരിക്കാം.

ഒരു പുഷ്പത്തെപ്പോലെ...
ഒരു പുഷ്പം,
വണ്ടുകൾ അതിനുചുറ്റും പാറിനടക്കുകയാണ്.

എനിക്കു ചുറ്റിലും
അതാണ് സംഭവിക്കുന്നത്.
പുഷ്പം ഇതൾവിടർത്തുന്നു,
വണ്ടുകൾ അടുത്തുവന്ന്
ആടാനും പാടാനും തുടങ്ങുന്നു.

നിങ്ങൾ ഉന്മത്തരാകുന്നുവെന്നു കാണുമ്പോൾ,
ഞാൻ നിർത്തിക്കളയും.
അതുവരേയ്ക്കും പുഷ്പം വിടർന്നു പരിലസിക്കട്ടെ;
പക്ഷികൾ പാടുകയും ചെയ്യട്ടെ.
എനിക്കല്പം കിറുക്കുണ്ട്.
എല്ലാവരും അതറിയുന്നുമുണ്ട്.
അതിനാൽ വിഷമിക്കേണ്ടതില്ല.

ആഹാ.....
പുഷ്പങ്ങൾ
പക്ഷികൾ.... വണ്ടുകൾ...
എനിക്ക് എല്ലാത്തിനേയും
ഇഷ്ടമാണ്.
ഒന്നിനും എന്നെ ഉപദ്രവിക്കാനാവില്ല,
മരണത്തിനുപോലും.
ഇപ്പോൾ, ഇപ്പോൾ....
ആനന്ദം അതിന്റെ ഉച്ചസ്ഥായിയിലാണ്!
അതിന്റെ മഹിമാപ്രഭാവം...
അതിന്റെ പ്രസാദാത്മകത....
എനിക്കങ്ങനെ പറയാമോ ആവോ...

നിങ്ങളുടെ ഇക്കിളിപ്പെടലുകൾ
എനിക്കു കേൾക്കാനാവും.
എനിക്കു തോന്നുന്നു, എന്റെ ശരീരത്തിന്
അതിനെ പ്രകടിപ്പിക്കാനാവില്ലെന്ന്.
ഇരുപത്തിയഞ്ചു വർഷങ്ങളായി
ഞാൻ സംസാരിച്ചുകൊണ്ടിരിക്കുകയാണ്,
അതും തെറ്റായ ഉച്ചാരണത്തോടെ.
ഇതൊക്കെ ആരു ഗൗനിക്കുന്നു?
ഞാൻ സംസാരിക്കുന്ന ഔന്നത്യമാണ് പ്രധാനം.
നിങ്ങളെന്തിനാണ് ധൃതിപിടിക്കുന്നത്?
നിങ്ങളെവിടേക്കും പോകുന്നില്ല,
എല്ലാവരേയും ഇങ്ങോട്ടു വിളിക്കുക.

ഞാൻ ഇടയ്ക്കെപ്പോഴെങ്കിലുമൊന്നു
വിശ്രമിച്ചുകൊള്ളട്ടെ.
എനിക്കു പരിശോധിക്കേണ്ടതുണ്ട്,
നിങ്ങൾ ബോധവാന്മാരാണോ അല്ലയോ എന്ന്.
ഒരിക്കലും ഭയന്നേക്കരുത്,
ഈ നിമിഷം ഞാൻ മരിക്കുകയാണെങ്കിൽപോലും
എന്തെന്നാൽ,
ഞാൻ മരിക്കുന്നത്,
എന്റെ എല്ലാ ആശിസ്സുകളോടും കൂടിയായിരിക്കും,
എന്റെ എല്ലാവിധ ആനന്ദാതിരേകങ്ങളോടെയും;
പ്രകടിപ്പിച്ചാലും ഇല്ലെങ്കിലും.

ദേവഗീത്, ഒന്നിളകുന്നുണ്ടെന്നു തോന്നുന്നു;
ഞാൻ നടക്കുമ്പോൾ ഇളകുന്നതിനേക്കാൾ കൂടുതൽ.
ഞാൻ നടക്കുന്നത് നിങ്ങൾ കണ്ടിട്ടുണ്ടോ?
എനിക്കത് വല്ലാത്ത ബുദ്ധിമുട്ടാണ്.
ഉയരങ്ങളെ സംബന്ധിച്ചാണെങ്കിൽ,
എനിക്കു പറക്കാവുന്നതേയുള്ളൂ.

ഞാൻ,
അത്തരമൊരു ചെകുത്താനാണ്!
എന്നും ഞാനങ്ങനെയായിരുന്നു!

7

അതെ,
അരസമായിരിക്കുന്നു.
ഇനി ചിറകുനിവർത്താം.
ഭൂമിയെ പുറകിലുപേക്ഷിക്കാം.
ആകാശത്തിലേക്കുയരുക..
താരാഗണത്തിലേക്ക്...
ഉയർന്നുയർന്ന്
പൊയ്ക്കൊണ്ടേയിരിക്കുക...

പ്രകാശം എന്നെ ശല്യപ്പെടുത്തുന്നില്ല.
ആയിരക്കണക്കിനു സൂര്യന്മാരെയാണ്
ഞാനഭിമുഖീകരിക്കുന്നത്.
നിങ്ങൾക്കെന്നെ അലോസരപ്പെടുത്താനാവില്ല,
ശബ്ദംകൊണ്ടും.
മുഴുവൻ ചന്തസ്ഥലവും എല്ലായ്പ്പോഴും
എനിക്കു ചുറ്റിലുമുണ്ട്,
നിങ്ങളുടെ ശബ്ദം എനിക്കെങ്ങനെ ശല്യമായ്ത്തീരും?

അത്യപൂർവ്വമാണിത്...
സൗന്ദര്യത്തോട് ഏറ്റവും അടുത്തുവരുന്നതും
മനോഹരമായിട്ടുള്ളതാണ്.
സൗന്ദര്യത്തോട്, നേരിയ ഒരു മുഖപടത്തിന്റെ അകലം,
സൗന്ദര്യമല്ലാതെ മറ്റൊന്നുംതന്നെ ഉണ്ടായിരിക്കുന്നില്ല.
സുന്ദരമായതിന്റെ സൗന്ദര്യം...
സമുദ്രത്തിലെ ഒരു തിരയെപ്പോലെയാണത്...

അല്ലെങ്കിൽ,
ഒരു മാരിവില്ലിനെപ്പോലെ...
ഭൗതികമായിട്ടുള്ളതല്ല അത്.
അതിഭൗതികമാണത്.

ഈ പ്രകാശത്തെ ഞാൻ ഇഷ്ടപ്പെടുന്നു;
മനോഹരമാണിത്.
ഞാൻ അഭിദർശിച്ചുകൊണ്ടിരിക്കുന്നപോലുള്ള
എന്തോ ചിലതാണിത്.
അതിശക്തമായിട്ടുള്ള പ്രകാശമാണ്
ഞാൻ മുഖാമുഖം അനുഭവിക്കുന്നത്...
അതിനുമുന്നിൽ, ഇതൊന്നും തന്നെയല്ല.
ഞാനനുഭവിക്കുന്നത്
സംഗീതത്തിന്റെ പ്രളയമാണ്.
ഞാനതിൽ ഒട്ടുമുക്കാലും മുങ്ങിപ്പോയിരിക്കുന്നു.
സൗന്ദര്യത്തോട് ഏറ്റവും സമീപസ്ഥനായിരിക്കുകയെന്നാൽ
മരണത്തിനടുത്തായിരിക്കുകയെന്നാണ്.
എനിക്കതു മറക്കാനാവില്ല.
മരണത്തോട് ഞാൻ
വീണ്ടും വീണ്ടും ഏറ്റവും അടുത്തായിരിക്കുകയാണ്.
എന്റെ ജീവിതത്തിൽ, ഒരുപാടു തവണയായി
ഞാൻ മരണത്തോട് ഏറ്റവും അടുത്തുവരുന്നു;
അറിഞ്ഞുകൊണ്ടുതന്നെ.
നിങ്ങളറിഞ്ഞെന്നുവരില്ല, എന്നാൽ
നാം അസംഖ്യം തവണ മരണത്തെ അഭിമുഖീകരിച്ചിട്ടുണ്ട്.
പക്ഷേ, അതിയായ ഭയം കാരണം
നാമതിന്റെ സൗന്ദര്യത്തെ ദർശിച്ചിട്ടില്ല;
അതല്ലെങ്കിൽ, മരണമെന്നത്
ദൈവത്തിന്റെ മറ്റൊരു പേരാണ്.
എനിക്കതിശയം തോന്നുന്നു,
ആരും ഇതുവരേയ്ക്കും അതു പറയാഞ്ഞതെന്താണ്?
അത് (മരണം) ദൈവത്തിന്റെ മറ്റൊരു പേരാണ്,
പ്രകാശത്തിന്റെ;
ആനന്ദത്തിന്റെ;
സൗന്ദര്യത്തിന്റെ.

ഞാൻ,
പൊയ്ക്കൊണ്ടേയിരിക്കുകയാണ്,
എന്നിലേക്കുതന്നെ.

അതീതത്തിന്റെ ആഴങ്ങളിലേക്ക്,
ആകെയുള്ളത് അതീതം മാത്രമല്ലോ.
സകലതും അപ്രത്യക്ഷമാവുന്നതാണ്.
അതീതമായിട്ടുള്ളതു മാത്രമേ
എന്നെന്നേക്കുമായി നിലനില്ക്കുകയുള്ളൂ.
ഞാൻ സംസാരിക്കുന്നത്
ആ അതീതത്തെപ്പറ്റിയാണ്.

അതീതത്തിൽനിന്നും
സംസാരിക്കുകയെന്നത് ഏറെ ദുഷ്ക്കരമാണ്.
അതെല്ലായ്പ്പോഴും അങ്ങനെയായിരുന്നു.
ഒരൊറ്റ ഭാഷയിലും അതിനുപറ്റിയ പദങ്ങളില്ല;
ഇംഗ്ലീഷിൽ വിശേഷിച്ചും.
ഞാൻ ഇംഗ്ലീഷ് ഭാഷയോട് വിരോധമുള്ളവനല്ല.
പല കാരണങ്ങളെക്കൊണ്ടും
ഞാൻ ഇംഗ്ലീഷിനെ ഇഷ്ടപ്പെടുന്നു.
------ കൂടുതൽ കൃത്യതയുള്ള ഭാഷയാണത്,
മറ്റു പല ഭാഷകളേക്കാളും.
എന്നാൽ അതേ കാരണം കൊണ്ടുതന്നെ
അത് - ആ ഭാഷയിൽ സംസാരിക്കൽ - വിഷമകരമാണ്.
അത് സയൻസിനു നല്ലതാണ്,
സാങ്കേതിക വിഷയങ്ങൾക്കും; എന്നാൽ
ആത്മീയതയെ സംബന്ധിച്ച് അത്രതന്നെ നല്ലതല്ല.

നിങ്ങളുടെ കുറിപ്പുകളെ വിവേക് വിളിക്കുന്നത്
"ഒരു ഭ്രാന്തന്റെ തോന്നിവാസങ്ങൾ" എന്നാണ്...
എഴുതിയത് ഒരു ഭ്രാന്തൻതന്നെ,
എന്നാൽ തോന്നിവാസങ്ങളല്ല.
ഞാൻ ഭ്രാന്തനെങ്കിൽ,
സമചിത്തതയുള്ളവൻ ആരാണ്?
ഞാൻ ഭ്രാന്തനാണെങ്കിൽ,
ആർക്കു പറയാനാവും താൻ ഭ്രാന്തനല്ലെന്ന്?
നിക്സൺ?
ആർക്കാണ് ബുദ്ധിസ്ഥിരത അവകാശപ്പെടാനാവുക?
ഈ പാവം ഭൂമി
ഭ്രാന്തരെക്കൊണ്ടു നിറഞ്ഞിരിക്കുകയാണ്,
അതിനാലാണ് ഞാൻ ഭ്രാന്തനായി കാണപ്പെടുന്നത്.
ഭ്രാന്തരുടെ ഇടയിൽ സമചിത്തനായവൻ
എല്ലായ്പ്പോഴും അപ്രകാരമാണ് കാണപ്പെടുക.

ഖലീൽ ജിബ്രാൻ പറഞ്ഞിട്ടുള്ള ഒരു കഥയുണ്ട്,
ഞാൻ എന്നും സ്നേഹിച്ചുപോന്നിട്ടുള്ളത്.

വളരെ പണ്ടത്തെ ഒരു രാജ്യം,
സ്നേഹസമൃദ്ധരായ ഒരു രാജാവും രാജ്ഞിയുമാണ്
അവിടം ഭരിച്ചിരുന്നത്.
ആ പട്ടണത്തിലുണ്ടായിരുന്ന
ഒരേയൊരു കിണറ്റിൽ - രാജാവും രാജ്ഞിയും
മന്ത്രിയും മാത്രം ഉപയോഗിച്ചുകൊണ്ടിരുന്നതൊഴികെ-
ഒരു മാന്ത്രികൻ വന്ന് ഏതോ വിഷം കലർത്തി.
മാന്ത്രികൻ വിളിച്ചുകൂവി,
"ഈ വെള്ളം കുടിക്കുന്നവർക്കെല്ലാം ഭ്രാന്തുപിടിക്കും."
സ്വാഭാവികമായും,
രാജാവും രാജ്ഞിയും മന്ത്രിയുമൊഴികെ
ആ പട്ടണത്തിലെ സകലർക്കും ഭ്രാന്തുപിടിച്ചു.
അവർക്കെല്ലാവർക്കുംതന്നെ,
ആ കിണറ്റിൽനിന്നു മാത്രമേ കുടിക്കാനായിരുന്നുള്ളൂ,
കുടിച്ചവർ കുടിച്ചവർ ഭ്രാന്തരാവാൻ തുടങ്ങി.
രാജാവും രാജ്ഞിയും മന്ത്രിയുമൊഴികെ
സകലരും ഭ്രാന്തർ.

പട്ടണത്തിലെ സകല ഭ്രാന്തരും
കൊട്ടാരത്തിനു ചുറ്റിലും വളഞ്ഞു.
അവർ ഉച്ചത്തിൽ വിളിച്ചുപറഞ്ഞുകൊണ്ടിരുന്നു,
"രാജാവിനു ഭ്രാന്തു പിടിച്ചിരിക്കുന്നു.
ഒരു ഭ്രാന്തൻ രാജാവിനെ ഞങ്ങൾക്കു വേണ്ടേ വേണ്ട."

രാജാവ് മന്ത്രിയോടു ചോദിച്ചു, 'ഇനിയെന്താണു ചെയ്യുക'?
മന്ത്രി ബുദ്ധിയുള്ളവനായിരിക്കണം,
ഇന്നത്തെ രാഷ്ട്രീയക്കാരെപ്പോലെയല്ല,
തെരഞ്ഞെടുപ്പിൽ ജയിച്ചവനല്ല,
ബുദ്ധിമാന്മാരാൽ തെരഞ്ഞെടുക്കപ്പെട്ടവൻ.

അയാൾ പറഞ്ഞു,
"ഞാൻ കുറച്ചുനേരത്തേക്ക്
ആളുകളെ സന്തോഷിപ്പിച്ചു നിർത്താം.
അങ്ങ് നഗരമധ്യത്തിലെ കിണറ്റിൽനിന്നും
വയറുനിറയെ വെള്ളം കോരിക്കുടിച്ചിട്ടു വരിക.
കഴിയാവുന്നത്ര കോരിക്കുടിക്കുക.
എന്നിട്ടു തിരിച്ചുവരിക
സകലതും ശരിയാവും."

കുറച്ചുകഴിഞ്ഞതും
രാജാവിതാ തിരിച്ചുവരുന്നു,
കൊട്ടാരകവാടത്തിലൂടെ നഗ്നനായി,
പാട്ടുപാടി, നൃത്തംവെച്ച്...
ആഹ്ലാദഗാനങ്ങൾ ആലപിച്ചുകൊണ്ട്
അദ്ദേഹം ജനങ്ങൾക്കൊപ്പം
ആടാൻ തുടങ്ങി.
രാജാവിന്റെ ആട്ടവും പാട്ടും
ജനക്കൂട്ടത്തിനെ അദ്ദേഹത്തിന്റെ ബുദ്ധിസ്ഥിരതയെ
ബോധ്യപ്പെടുത്തി.
അവരദ്ദേഹത്തെ സമചിത്തനെന്നു അംഗീകരിച്ചു.
അവരദ്ദേഹത്തെ വീണ്ടും കിരീടം ധരിപ്പിച്ചു.
അവർ ആനന്ദത്തിലാറാടി.
അദ്ദേഹം ബുദ്ധിസ്ഥിരതയിലേക്കു തിരിച്ചുവന്നതിനെ
അവർ ആഘോഷിച്ചു.

ഞാൻ ചുറ്റപ്പെട്ടിരിക്കുന്നത് ഭ്രാന്തരെക്കൊണ്ടാണ്.
ഭ്രാന്തന്മാർ നിറഞ്ഞിരിക്കുന്ന ഒരു ലോകത്തിലാണ് ഞാൻ.
തീർച്ചയായും, ഞാൻ ഭ്രാന്തനായാണ് കാണപ്പെടുക...
ഭ്രാന്തൻ, ഉന്മാദി....
എന്റെ സ്വന്തം ആളുകൾക്കുപോലും.

കഴിഞ്ഞ ഇരുപത്തിയഞ്ചു വർഷങ്ങളായി
ഞാൻ അട്ടഹസിച്ചിട്ടില്ല.
ഞാൻ സംസാരിച്ചിട്ടുള്ളത്
ഒരു മൈക്രോഫോൺ ഉപയോഗിച്ചാണ്.
എന്നാൽ, നിങ്ങളോടു ഞാൻ പറയുകയാണ്,
"നാവടക്കുക!"-
നിങ്ങളോടല്ല, നിങ്ങൾക്കകത്തുള്ള
വിഡ്ഢിയോട്.

നിങ്ങൾക്കുവേണ്ടി എന്റെ കൈവശമുള്ളത്
അശ്രുകണങ്ങൾ മാത്രമാണ്... ആനന്ദവും...
പ്രാർത്ഥനയും.
നോക്കൂ, എന്റെ കണ്ണു നനയുന്നു.
നനയുന്നത് ഇടതുകണ്ണാണ്,
അതിനു ബന്ധം വലതു മസ്തിഷ്ക്കത്തോടാണ്,
ഇടതുകൈയിനെപ്പോലെ.
മസ്തിഷ്ക്കത്തിന്റെ വലതുഭാഗമാണ് ശരി.

"വലതു ശരിയും ഇടതുതെറ്റുമാണ്"
എന്നു ഞാൻ പറയുമ്പോൾ
അതുദ്ദേശിക്കുന്നത് മസ്തിഷ്ക്കത്തെ മാത്രമാണ്.
ശരീരം നേരെ മറിച്ചാണ്.
വലതു തെറ്റും ഇടതു ശരിയുമാണ്.
കണ്ണീർക്കണത്തെ കാണണമെങ്കിൽ,
നിങ്ങൾക്ക് ഇടതുഭാഗത്തേക്കു വരേണ്ടതുണ്ട്.
മറ്റൊരാൾക്കുവേണ്ടി കരയുകയെന്നത്
അതിമനോഹരമാണ്.
മറ്റാർക്കെങ്കിലുംവേണ്ടി
ഒന്നു കണ്ണീർപൊഴിക്കുകയെന്നത്
ആഹ്ലാദിക്കുന്നതിലുമേറെ മനോഹരമായിട്ടുള്ളതാണ്.
അത് ഒരു സ്നാനത്തെപ്പോലെയാണ്;
അത്, പാതിരാത്രിയിൽ പൊടുന്നനെ
സൂര്യനുദിച്ചതുപോലെയാണ്.
ഞാൻ യാതൊന്നും സംസാരിക്കുകയില്ല.
ഞാൻ നിശ്ശബ്ദമായിരിക്കുകയേയുള്ളൂ.

    ഉദിച്ചുയരുക!
    ഉയർന്നുപൊങ്ങുക!
    ഉണർന്നെണീക്കുക!

മനസ്സിലാക്കേണ്ടുന്ന വാക്കുകളാണിവ.
ഞാനൊരു ഉപദേശിയല്ല
ഉപദേശം വൃത്തിഹീനമാണ്.
ഞാനൊരു പ്രേമിയാണ്.

ചുരുങ്ങിയപക്ഷം, എനിക്കു ഭ്രാന്തനാകാനാവില്ല.
ഈ നിമിഷം
ഞാൻ മരിക്കാനും പോകുന്നില്ല.
അസാധാരണമായിട്ടുള്ള അല്പം ചിലതുകൂടി
ചെയ്തുതീർക്കേണ്ടതുണ്ടിനിയും.

കുറച്ചുമുമ്പ് ഞാൻ പറഞ്ഞതായിരുന്നു,
ഇംഗ്ലീഷ് അത്തരം കാര്യങ്ങൾ പ്രകടിപ്പിക്കാൻ
പറ്റിയ ഭാഷയല്ലെന്ന്.
അത് ഏറെ സാങ്കേതികമായിട്ടുള്ള ഭാഷയാണ്,
ഏറെ കൃത്യതയുള്ളത്.

ഇംഗ്ലീഷിന് നല്ല ശാസ്ത്രജ്ഞരെ
സംഭാവന ചെയ്യാൻ കഴിയും;
പക്ഷേ, മിസ്റ്റിക്കുകളെ നല്കാനാവില്ല.
ഞാൻ ശരിക്കും ഒരു മിസ്റ്റിക്കാണ്
ശാസ്ത്രജ്ഞരുടെ ലോകത്തെ ഒരു ഋഷി...
നക്ഷത്രങ്ങളുടെ ലോകത്തിനുമപ്പുറത്ത്,
ഏറെ ഉയരത്തിൽ....

നന്ദി.
അവസാനവാക്ക് ഞാൻതന്നെ പറയണമെന്ന്
എല്ലായ്പ്പോഴും ആഗ്രഹിക്കുന്നവനാണു ഞാൻ.
എന്റെ കുഴിമാടത്തിൽപ്പോലും
ഞാൻ എണീറ്റിരുന്ന് പറയും,
"ഓകെ, മൂടിയടയ്ക്കുക..."
അതൊരു ശവസംസ്കാരമാണെങ്കിൽ.
എന്നാൽ അത് ഇന്ത്യയിലേതുപോലെയാണു
നടക്കുന്നതെങ്കിൽ, ഞാൻ പറയും,
"ഓകെ, ഇനി തീ കൊളുത്തുക!"
എന്തായിരുന്നാലും,
അവസാനവാക്ക് എന്റേതായിരിക്കണം.
നിങ്ങളൊക്കെ അലോസരപ്പെടുത്തുകയാണെങ്കിൽ
ഞാൻ അപകടകാരിയാവും.
ഏറ്റവും അവസാനത്തെ ചിരി
എന്റേതായിരിക്കും.

8

ഓം മണി പത്മേ ഹൂം

തിബത്തരുടെ മന്ത്രമാണിത്
ഓം മണി പത്മേ ഹൂം...
പത്മവും രത്നവും ഒരുമിച്ച്.
ഈ മന്ത്രമുച്ചരിക്കപ്പെട്ടത്
ഇതേപോലൊരു നിമിഷത്തിലായിരിക്കണം.

ഓം മണി പത്മേ ഹൂം

ഓം ഒരു ആശ്ചര്യസൂചകം മാത്രമാണ്.
അതിനർത്ഥം 'ആഹ്!' അല്ലെങ്കിൽ 'ഓ?!'
എന്നൊക്കെയാണ്.
അതൊരു പദമല്ല.
അത് അർത്ഥരഹിതമാണ്, അതേസമയം
അത്യധികം അർത്ഥപൂർണവും.
അർത്ഥപൂർണമെന്നത്
അതിന്റെ സൗന്ദര്യാത്മകതയെന്ന അർത്ഥത്തിൽ,
അതിന്റെ ആനന്ദം, അതിന്റെ ആഴം... ഓം...
എനിക്ക് ബാഷോയെ ഓർമ്മ വരുന്നു,
പണ്ടത്തെ ബാഷോയെ.
എപ്പോഴെല്ലാം,
ജപ്പാനിലെ ഈ ഹൈകു കവിയെ
എനിക്കോർമ്മ വരുമോ
അപ്പോഴെല്ലാം, കണ്ണുനീർ വരാൻ തുടങ്ങും.

ഏറ്റവും മഹാത്മാവായിട്ടുള്ള,
ഏറ്റവും പുണ്യാത്മാവായിട്ടുള്ള
(നിങ്ങൾക്കത് എങ്ങനെ വേണമെങ്കിലും
വിളിക്കാവുന്നതാണ്)

    മനുഷ്യരിലൊരാളാണ് ബാഷോ.

എന്നെ സംബന്ധിച്ച് രണ്ടും ഒന്നാണ്
വളരെ പണ്ടു ജനിച്ച ഒരാൾ - the ancient born.
ഓ! ഈ ശബ്ദം! - ആഹ്!
ഓം
ആ ശബ്ദം.....
കുളത്തിലേക്കെടുത്തു ചാടുന്ന തവള,

    *പൊട്ടക്കുളത്തിലേക്കെടുത്തു ചാടുന്ന
    പച്ചത്തവള
    പ്ലോപ്!

ഓം മണി പത്മേ ഹൂം...
താമരയിലെ രത്നം...
ഞാൻ കുളത്തിൽ
നനഞ്ഞു കുതിർന്നിരിക്കുന്നു.
ആഹാ! എത്ര സുന്ദരമാണിത്!

    ഓം മണി പത്മേ ഹൂം
    ജനിക്കുന്നതിനു മുമ്പ്
    ഞാൻ പൂർണനായിരുന്നു - I was Okey
    മരണത്തിനു ശേഷവും
    ഞാൻ പൂർണനായിരിക്കും - I will be okay
    ജീവിതത്തിന്റെ നൈരന്തര്യം
    ഈ പൂർണതയാണ്.
    ഈ പൂർണത, പൂർണതയാണ്.

ഒരു ഹൈകുവിൽ ഡോജൻ ഇങ്ങനെ പാടുന്നുണ്ട്...
ഡോജൻ ഒരു പുണ്യാത്മാവാണ്.

    കുളക്കോഴി
    വന്നപ്പോഴും പോയപ്പോഴും
    യാതൊരടയാളവും അവശേഷിപ്പിച്ചില്ല
    അത് ഒരു വഴികാട്ടിയെ ആശ്രയിച്ചുമില്ല.

    ഓം മണി പത്മേ ഹൂം.

---
* ഗുരു നിത്യയുടെ പരിഭാഷ

അതിസുന്ദരമാണിത്.... അതിഗംഭീരം...
ഞാൻ ബുദ്ധന്മാരുടെ ഭൂമികയിലാണ്.
വീണ്ടുമെനിക്ക് വിടുവായത്തങ്ങൾ
എഴുന്നള്ളിക്കാം, എന്തെന്നാൽ
അവയ്ക്കു മാത്രമേ കവിതയാകാനാവൂ.
കഴിഞ്ഞ ദിവസം, ദേവഗീത്
ഞാൻ കണ്ടിരുന്നു,
നിങ്ങൾക്ക് അല്പം വേദനപ്പെട്ടത്;
ഞാൻ നിങ്ങളെ
വിഡ്ഢി എന്നു വിളിച്ചതുകൊണ്ട്.
ഭ്രാന്തനായ ഒരാളുടെ ഭാഷ,
ഒന്നു മനസ്സിലാക്കാൻ ശ്രമിക്കൂ, ദയവായി.
വിഡ്ഢി എന്ന വാക്കിന്റെ
അർത്ഥമറിയണമെങ്കിൽ
ദസ്തെയെവ്സ്കിയുടെ
The Prince വായിക്കുക.
അല്ലെങ്കിൽ, അതിനേക്കാൾ നല്ലത്
മിഖായേൽ നെയ്മിയുടെ പുസ്തകമാണ്
 -The Book of Mirdad.
താരതമ്യാതീതമാണത്.
ഓരോ വാക്കും
ശുദ്ധമായ അവബോധമാണ്,
അതിമധുരതരം.
വിശേഷിച്ചും, നിങ്ങൾക്കറിയാമല്ലോ,
എനിക്ക് പ്രമേഹമുണ്ട്.
എല്ലാ പ്രമേഹരോഗികൾക്കും
The Book of Mirdad
ഏറെ നന്നായിരിക്കും.
എന്തെന്നാൽ,
പഞ്ചസാരയില്ലാഞ്ഞിട്ടും
ഏറെ മാധുര്യമാർന്നതാണത്.
The Book of Mirdad
വിഡ്ഢിയെപ്പറ്റി സംസാരിക്കുന്നുണ്ട്
വിഡ്ഢി - The fool - എന്നതിനർത്ഥം
സരളമായവൻ എന്നാണ്,
കുട്ടികളെപ്പോലെ, നിഷ്കളങ്കൻ

അതിനാലാണ് കഴിഞ്ഞ ദിവസം
ഞാൻ നിങ്ങളെ വിഡ്ഢി എന്നു വിളിച്ചത്
അതിയായ സ്നേഹത്തോടെ.

ഒരാളെ ഞാൻ ഇഷ്ടപ്പെടുമ്പോൾ മാത്രമാണ്
എനിക്കയാളെ വിഡ്ഢിയെന്നു വിളിക്കാനാവുക
അല്ലാത്തിടത്തോളം, യഥാർത്ഥ വിഡ്ഢികളോട്
ഞാൻ വളരെ ബഹുമാനമുള്ളവനാണ്.
ഞാനപ്പോൾ പറയും 'സർ'.
ഞാൻ നിങ്ങളെ വിഡ്ഢിയെന്നു വിളിച്ചത്
ഞാൻ നിങ്ങളെ സ്നേഹിക്കുന്നതുകൊണ്ടാണ്.
നിങ്ങളെ ഞാൻ വിഡ്ഢിയെന്നു
വിളിക്കുമ്പോഴൊക്കെയും
ആനന്ദിക്കുക, അത്യന്തം ആനന്ദിക്കുക,
പരമാനന്ദം.
അപ്പോഴേ നിങ്ങൾക്കതിന്റെ
അർത്ഥമറിയാനാവൂ.

ഓം... ആഹാ!
ഇതാണ് ലോകത്തിന്റെ ആരംഭം.
ക്രിസ്ത്യാനികൾ വിചാരിക്കുന്നതുപോലെ
ആരുംതന്നെ ഉണ്ടാക്കിയതല്ല ഇത്.
അവർ കരുതുന്നത്
ഇത് ദൈവം സൃഷ്ടിച്ചതാണെന്നാണ്.
ദൈവം യാതൊന്നും ചെയ്തിട്ടില്ല
ദൈവം ഈ അസ്തിത്വമാണ്, സ്രഷ്ടാവല്ല.
സർവ്വതിനേയും അതിവ്യാപനം ചെയ്തുനില്ക്കുന്ന
സർഗ്ഗാത്മകതയാണ് ദൈവം.

    ദൈവം
    സൃഷ്ടിയിലാണ്
    ഇന്നും
    ഈ നിമിഷവും.

സൃഷ്ടിയിൽ
എപ്പോഴെല്ലാം സാത്താനുണ്ടായിരിക്കുന്നുവോ
അപ്പോഴെല്ലാം, ദൈവവുമുണ്ടായിരിക്കുന്നുണ്ട്.
എനിക്കു കാണാനാകുന്നുണ്ട്
തുടക്കം എന്തായിരുന്നുവെന്ന്.

മറ്റൊന്നിനും
അതിനേക്കാൾ മനോഹരമാകാനാവില്ല
അതിനേക്കാൾ വിശുദ്ധി
മറ്റൊന്നിനുമുണ്ടാകാനാവില്ല
അതിനേക്കാൾ സംഗീതമയം...
ശുദ്ധസംഗീതം...
വിശുദ്ധിയാർന്ന കവിത...
നന്മയാർന്ന സർവ്വതിന്റേയും
നൈർമ്മല്യങ്ങൾ,
സൗന്ദര്യമാർന്ന സർവ്വതിന്റേയും...

ഓം മണി പത്മേ ഹൂം...

ഈ മന്ത്രം
ആയിരക്കണക്കിനു വർഷങ്ങളോളം
ജപിക്കപ്പെട്ടിട്ടുള്ളതാണ്, തിബത്തിൽ.
അതു തിബത്തിൽ മാത്രമേ ജപിക്കാനാവുകയുള്ളൂ.
എന്തെന്നാൽ
അവർക്കു മാത്രമേ, ആ ഔന്നത്യം
ഹിമാലയത്തിന്റെ പവിത്രത അറിയാനാകൂ;
മറ്റാർക്കും അതറിയാനാവില്ല.
ആത്മീയതയോട് ഏറ്റവും സാമീപ്യം പ്രാപിച്ച
ലോകത്തിലെ ഒരേയൊരു രാജ്യം
തിബത്താണ്.
തിബത്തിപ്പോൾ
കമ്മ്യൂണിസ്റ്റുകാരുടെ കൈവശമാണെന്നത്
ദൗർഭാഗ്യകരമാണ്;
തീർത്തും ദൗർഭാഗ്യകരം.
അവരതു നശിപ്പിച്ചുകൊണ്ടിരിക്കുകയാണ്.

ഇതാണാ സത്ത.
ഉണ്മയുടെ പാരമ്യം.
Book of Mirdad ഉത്ഭവിച്ചത്
ഇത്തരം നിമിഷങ്ങളിലായിരിക്കണം.
ഇതുപോലുള്ള നിമിഷങ്ങളിൽ പിറവിയെടുത്തിട്ടുള്ള
വളരെ കുറച്ചു പുസ്തകങ്ങളേ ഉള്ളൂ.
-ലാവോത്സുവിന്റെ Tao Te ching...

സമയത്തെപ്പറ്റി വേവലാതിപ്പെടേണ്ടതില്ല
നിങ്ങൾക്കെപ്പോഴെങ്കിലും
എല്ലാ ആകുലതകളിൽനിന്നും
സ്വതന്ത്രനാവാനാകുമോ, എന്നെപ്പോലെ...?
യാതൊന്നിനേയും ഗൗനിക്കാതിരിക്കുക...?
ഉവ്വ്, എനിക്കറിയാം നിങ്ങൾക്കതിനാകുമെന്ന്-
ഒരു ദിവസം നിങ്ങൾക്കതിനാവും.
ഈ നിമിഷം പക്ഷേ,
ഞാനൊരു ഭ്രാന്തനും
നിങ്ങളൊരു വിഡ്ഢിയുമാണ്;
എന്തൊരസാധാരണമായ കൂട്ടുകെട്ട്...!

ഓം മണി പത്മേ ഹും
ഓം മണി പത്മേ ഹും
ഓം മണി പത്മേ ഹും
ഓം മണി പത്മേ ഹും

ഇപ്പോൾ എന്റെ പരിഗണനയിൽ
സൗന്ദര്യം മാത്രമേയുള്ളൂ.
അതുകൊണ്ടാണ്, ഞാൻ ഭ്രാന്തനായിരിക്കുന്നത്.
ഈ ആനന്ദവർഷത്തിൽ,
നിങ്ങൾക്കു സങ്കല്പിക്കാനാവുമെങ്കിൽ...
മനോഹരമാണിത്.
എനിക്കറിയാം തുടക്കമെവിടെനിന്നാണെന്ന്,
എനിക്കത് അത്രവേഗം തിരിച്ചറിയാനാകുന്നുണ്ട്...

എന്റെ കണ്ണുകളിൽ
കണ്ണീർക്കണങ്ങൾ
എത്രയോ ശുഭദമാണ്
പനിനീർപുഷ്പങ്ങൾ
വിടർന്നുവരുന്നു,
പക്ഷികൾ വീണ്ടും പാടുകയാണ്,
ഈ വിഡ്ഢികളാകട്ടെ
യാതൊന്നുമറിയുന്നുമില്ല...

വാക്കുകളുണ്ടായിരിക്കുമ്പോൾ,
ആരുംതന്നെ, വാക്കുകളേയും പുഷ്പങ്ങളേയും
ഒരുമിച്ച് പ്രതീക്ഷിക്കുന്നില്ല.

നിങ്ങൾ വിചാരിക്കുന്നുണ്ടാകും
ഞാൻ അസംബന്ധമാണു സംസാരിക്കുന്നതെന്ന്.
എനിക്ക് എന്റെ മനസ്സിനു പുറത്തുപോവുകയെന്നത്
അസാധ്യമാണ് - എനിക്കതിനാവില്ല.
ഞാൻ പുറത്തുപോകുന്നുണ്ട്, പക്ഷേ,
എനിക്കു മനസ്സില്ല.
ഞാനൊരുന്മാദിയാണ്, വിഡ്ഢിയല്ല.
എന്തെങ്കിലും ഉരിയാടുകയെന്നതുതന്നെ
ഏറെ ശ്രമകരമാണിപ്പോൾ,
ഞാൻ അത്രയ്ക്കും ഉയരത്തിലാണ്...

    ഓം മണി പത്മേ ഹൂം....

9

ഓം മണി പത്മേ ഹൂം
താമരയിലെ രത്നം

എനിക്കറിയാം
Chawal എന്ന ശബ്ദത്തെ, നിങ്ങൾക്ക്
പിടികിട്ടാൻ പാടാണെന്ന്.
അതിനെ ശരിയാംവണ്ണം ഉച്ചരിക്കേണ്ടതുണ്ട്.
എന്നാൽ, ഞാനൊരു 'നല്ലനടപ്പുകാര'നല്ല.
അതുച്ചരിക്കേണ്ടത് ജുവൽ എന്നാണ്;
ചാവൽ എന്നല്ല.
ഞാനതുച്ചരിച്ചത് എഴുതിയ മുറയ്ക്കാണ്.
ഇംഗ്ലീഷ് പക്ഷേ യുക്ത്യനുസൃതമല്ലാത്ത ഭാഷയാണ്.
എഴുതുന്നത് ഒരുവിധം
വായിക്കുന്നത് മറ്റൊരു വിധം.
എന്റെ ബുദ്ധിമുട്ടെന്തെന്നു വച്ചാൽ,
ഞാൻ ജീവിച്ചുവന്നതും വളർന്നതുമൊക്കെ
Phonetic ഭാഷകളുപയോഗിച്ചാണ്.
എഴുതിയപോലെത്തന്നെ ഉച്ചാരണം.
ഇംഗ്ലീഷ് ഒരല്പം കിറുക്കൻഭാഷയാണ്.
ഇന്നത്തെ ഇംഗ്ലീഷിൽ
യേശുവെങ്ങാനും തന്റെ വാക്കുകൾ വായിക്കാനിടയായാൽ
അവൻ തലതല്ലി, ഏങ്ങലടിച്ചു നിലവിളിക്കും.
കുരിശിൽ കിടന്ന് യേശു പറഞ്ഞു,
"പിതാവേ, ഇവർക്കു മാപ്പു നല്കേണമേ"
-(അവനെ ക്രൂശിച്ചിരുന്നവർക്ക്) -

എന്തെന്നാൽ അവർ ചെയ്യുന്നതെന്തെന്ന്
അവരറിയുന്നില്ലല്ലോ."

എന്നാൽ, എനിക്കു നന്നായിട്ടറിയാം
തന്റെ വാക്കുകളുടെ ഇംഗ്ലീഷ് പതിപ്പ് കണ്ടുകൊണ്ട്
അവനിങ്ങനെ പറയാനാവില്ലെന്ന്.
അസാധ്യമാണത്.
യേശു സംസാരിച്ചത് അരമായിക്കിലായിരുന്നു.
ഇന്നും പൗരസ്ത്യദേശത്ത്
വളരെക്കുറച്ചാളുകൾ അതു സംസാരിക്കുന്നുണ്ട്.
ഗുർജീയെഫ്, ഈയാളുകളുമായി
സമ്പർക്കപ്പെട്ടിരുന്നു.
ഗുർജീയെഫ് യേശുവിനെപ്പറ്റി എന്തെല്ലാം പറഞ്ഞിട്ടുണ്ടോ
അതൊന്നുംതന്നെ, പുതിയ നിയമത്തിന്റെ
ഇംഗ്ലീഷു പതിപ്പിൽനിന്നുള്ളതല്ല.
അദ്ദേഹം ഉപമകളും കഥകളും കേട്ടത്
അരമായിക് സംസാരിച്ചവരിൽനിന്നായിരുന്നു,
വാമൊഴിയായിട്ട്.

അരമായിക് ഒരു പ്രാചീന ഭാഷയാണ്;
അതുകൊണ്ടാണ് അതിന്റെ വന്യതകളും
നിശ്ശബ്ദസൗന്ദര്യവും,
–ഒരു നിബിഡവനത്തിനുമാത്രം ഉൾക്കൊള്ളാനാവുന്നത്
ഒരിക്കലും ഒരു വിക്ടോറിയൻ ഉദ്യാനത്തിന്
അതിനു സാധ്യമല്ല.
അളവൊപ്പിച്ച് വെട്ടിനിർത്തിയിരിക്കുന്ന
മരങ്ങളുടെ കാഴ്ച, ദയനീയമാണ്.

തനിക്കെന്താണ് സംഭവിക്കാൻ പോകുന്നതെന്ന്
യേശു ഒരിക്കലുമറിഞ്ഞില്ല.
–താൻ പരിഭാഷയ്ക്കു വിധേയനാകുമെന്ന്.
ഒറ്റ മാസ്റ്ററേയും പരിഭാഷപ്പെടുത്താനാവില്ല.
അരമായിക്കിൽനിന്നും യേശുവിനെ ഹീബ്രുവിലേക്കു മാറ്റി.
ഒരുപാടൊരുപാട് നഷ്ടപ്പെട്ടു, എന്തെന്നാൽ
അവൻ പോരടിച്ചിരുന്നത് ജൂതരോടായിരുന്നു,
അവർ അവനെ ഹീബ്രുവിലേക്കു മാറ്റിയപ്പോൾ;
ആ ഒരൊറ്റ മൊഴിമാറ്റത്തിൽത്തന്നെ
യേശു ഇല്ലാതായിക്കഴിഞ്ഞിരുന്നു.

പിന്നീടവനെ ഗ്രീക്കിലേക്കു പരിഭാഷപ്പെടുത്തി.
വൈകൃതത്തിൽനിന്നും വൈകൃതത്തിലേക്ക്!

അരമായിക്കിൽനിന്നും ഹീബ്രുവിലേക്ക്.
ഹീബ്രുവിൽനിന്നും ഗ്രീക്കിലേക്ക്.
പിന്നീടവനെ റോമൻ ഭാഷയിലേക്കു മാറ്റി.
വൈകൃതങ്ങളുടെ നീണ്ട തുടർച്ച! എന്തെന്നാൽ
ജൂതന്മാരും റോമാക്കാരുമായിരുന്നു
അവനെ കൊന്നുകളഞ്ഞത്.
ലത്തീനിൽനിന്ന് - അതായത് റോമൻ,
യേശുവിനെ ഇംഗ്ലീഷിലേക്കു മാറ്റി.
ഇപ്പോഴും, പഴയ ഇംഗ്ലീഷ് പരിഭാഷ
ഏറെ ഭംഗിയുള്ളതാണ്.
ഏറെ അർത്ഥസാംഗത്യമുള്ളതാണ്.
കൂടുതൽ ആധുനികമാകുന്തോറും
അതിന്റെ കാമ്പ് ശുഷ്കിച്ചുവരികയാണ്;
അതു കൂടുതൽ വൃത്തിഹീനമായിക്കൊണ്ടിരിക്കുകയാണ്.

ഭാഗ്യവശാൽ, ഞാൻ ജനിക്കപ്പെട്ടത്
അക്ഷരാഭ്യാസമില്ലാത്ത, പഴമക്കാരുടെ ഇടയിലായിരുന്നു.
ഒമ്പതുവർഷത്തോളം
ഞാൻ അക്ഷരാഭ്യാസമില്ലാതെത്തന്നെ കഴിഞ്ഞു.
എന്തൊരനുഗ്രഹമായിരുന്നു!
ഇന്നത്തെ ഒരു കുട്ടിക്കും അതിനാവില്ല.
അത് നിയമത്തിനെതിരായിത്തീരും.
നിങ്ങൾക്ക് സ്കൂളിൽ പോയേ പറ്റൂ.
ഒമ്പതു വർഷത്തോളം,
എല്ലാതരം ശിക്ഷണങ്ങളിൽനിന്നും
ഞാൻ തീർത്തും സ്വതന്ത്രനായിരുന്നു.
അതുകൊണ്ടാണെനിക്ക്
പരമമായതിലേക്ക് കടന്നുചെല്ലാനായത്;
അജ്ഞാതമായതിനെ സ്പർശിക്കാനായത്.
ആ ഒമ്പതു വർഷങ്ങളും ആഹ്ലാദകരമായിരുന്നു.
അതിസുന്ദരം.
ശിക്ഷണങ്ങളില്ല, അച്ചടക്കമില്ല.
സദാചാരശാഠ്യങ്ങളില്ല.

എന്റെ കുഞ്ഞുന്നാൾതൊട്ടേ
ഞാൻ വളർത്തപ്പെട്ടത്, ഭാഗ്യവശാൽ,
എന്റെ മുത്തച്ഛനാലായിരുന്നു,
എന്റെ അമ്മയുടെ അച്ഛൻ;
അച്ഛനാലല്ല - അച്ഛൻ എപ്പോഴും
ഒരു അച്ചടക്ക ശാഠ്യക്കാരനായേ പറ്റൂ;

അച്ഛനെപ്പോഴും ഭാവിയെപ്പറ്റി
ഉത്ക്കണ്ഠാകുലനായേ തീരൂ.
എന്റെ മുത്തച്ഛൻ, എന്റെ അമ്മയുടെ അച്ഛൻ
ഓർമ്മവെയ്ക്കുക.... എന്തെന്നാൽ
അച്ഛന്റെ അച്ഛൻ തീർത്തും വ്യത്യസ്തനായ ഒരാളായിരുന്നു.

അമ്മയുടെ അച്ഛന് മറ്റു കുട്ടികളില്ലായിരുന്നു.
അമ്മയായിരുന്നു ഒരേയൊരു മകൾ.
അമ്മയുടെ വിവാഹത്തിനുശേഷം
മുത്തച്ഛൻ തന്നിലെ സ്നേഹമത്രയും
എന്റെമേൽ വർഷിച്ചു.
ഞാൻ ജീവിച്ചത് ഒരു രാജാവിനെപ്പോലെയാണ്.
അദ്ദേഹം എന്നെ വിളിച്ചുപോന്നത് 'രാജ' എന്നായിരുന്നു.
അതിനുശേഷം എന്നെ ആരുമങ്ങനെ വിളിച്ചിട്ടില്ല.
'രാജ'യെന്നാൽ 'രാജാവ്'.

എന്റെ മുത്തച്ഛൻ അത്ര വലിയ
ധനികനൊന്നുമായിരുന്നില്ലെങ്കിലും,
തന്റെ ഗ്രാമത്തിലെ ഏറ്റവും സമ്പന്നൻ അദ്ദേഹമായിരുന്നു.
എന്റെ എല്ലാ പിറന്നാളിനും
അദ്ദേഹം ഒരാനയെ കൊണ്ടുവരും.
ഞാൻ ആ ആനപ്പുറത്തിരുന്ന്
ചുറ്റും നാണയങ്ങൾ വാരിവിതറുമായിരുന്നു.
അദ്ദേഹത്തിനത് ഏറെ ഹരമായിരുന്നു.
അക്കാലങ്ങളിൽ സ്വർണനാണയങ്ങളുണ്ടായിരുന്നു,
കടലാസുനോട്ടുകളല്ല.
എന്റെ ജീവിതം മുഴുവനും
ഞാൻ അതാണ് ചെയ്തുപോന്നിട്ടുള്ളത്:
വഴിയിലെമ്പാടും സ്വർണനാണയങ്ങൾ എറിയുക.
ഞാനിപ്പോഴും അതുതന്നെയാണ്
ചെയ്തുകൊണ്ടിരിക്കുന്നത്, ഒരാനപ്പുറത്തിരുന്നുകൊണ്ട്.

അതിനാൽ, ഞാൻ എന്തെങ്കിലും പറയുകയും
നിങ്ങൾക്കത് മനസ്സിലാകാതെ വരികയും ചെയ്യുമ്പോൾ
എന്നോടു ക്ഷമിക്കുക.
ഞാൻ വരുന്നത് തീർത്തും വ്യത്യസ്തമായ
ഒരു പശ്ചാത്തലത്തിൽനിന്നാണ്.
ഞാൻ ശരിക്കുമൊരു പരദേശിയാണ്.
എന്റെ സ്വന്തം രാജ്യത്ത് ഞാനൊരു വിദേശിയാണ്.
എന്റെ മുഴുവൻ കാഴ്ചപ്പാടും
ഒരുതരത്തിൽ പഴഞ്ചനാണ്,

മറ്റൊരുതരത്തിൽ മൗലികമായിട്ടുള്ളതാണ്.
മൗലികമെന്നാൽ പഴയത് എന്നുതന്നെയാണ്,
മൂലത്തിൽനിന്നുള്ളത്.

ഇന്നു രാവിലെ ഞാൻ പറഞ്ഞു
"the Chawal in the lotus''
ശരിയായ ഉച്ചാരണം എനിക്കറിവുള്ളതാണ്.
പക്ഷേ, ശരിയല്ലാത്ത ഒരാളുടെ അരികെ
എന്താണു ചെയ്യാനാവുക?
ഞാൻ ഇനിയും എന്റേതായ രീതിയിലേ ഉച്ചരിക്കൂ.
അകത്തേക്കു വരുമ്പോൾ
ഞാൻ വിവേകിനോടു ചോദിച്ചതാണ്
"എന്താണ് 'Jewel'ന്റെ ശരിയായ ഉച്ചാരണം?"
എനിക്ക് എളുപ്പം മനസ്സിലാവുന്നതാണ്
Jewelry, Jeweller, Jewel,
എന്നാൽ എന്നോടു ക്ഷമിക്കുക...
ഞാനിനിയും ഉച്ചരിക്കുക "the chaval in the Lotus"
എന്നായിരിക്കും.
ഞാനൊരല്പം പിടിവാശിക്കാരനാണ്,
എന്നെപ്പോലുള്ള ആളുകൾ
എപ്പോഴും അങ്ങനെയാണ്.
അവർ പിടിവാശിക്കാരല്ലാതിരുന്നാൽ
അവർക്ക് പ്രവർത്തിക്കാനാവില്ല.
വിഡ്ഢികളോടൊപ്പം പ്രവർത്തിക്കുകയെന്നാൽ
നിങ്ങൾ നിർബന്ധബുദ്ധിക്കാരനായേ പറ്റൂ,
കടുത്ത പ്രകൃതം,
ഉരുക്കുമനുഷ്യൻ.

മനോഹരമായ ഈ മന്ത്രമാകട്ടെ,
'ഓം മണി പത്മേ ഹൂം' പരിഭാഷപ്പെടുത്തിയത്
ഇംഗ്ലീഷ് വിഡ്ഢികളാണ്.
സങ്കല്പിക്കാനാവാത്തതാണ്, എന്നിട്ടും പക്ഷേ,
പരിഭാഷപ്പെടുത്തപ്പെട്ടു.
നിങ്ങൾപോലും അമ്പരന്നുപോകും...
അവർ വിചാരിക്കുന്നത്
അത് ലൈംഗികമായിട്ടുള്ള എന്തോ ആണെന്നാണ്.
അവർ വിചാരിക്കുന്നത്
'മണി' പ്രതിനിധാനം ചെയ്യുന്നത്
പുരുഷലിംഗത്തെയാണെന്നാണ്.

-മഹാന്മാരെന്ന് കേൾവിപ്പെട്ട
ഈ മനശ്ശാസ്ത്രജ്ഞന്മാരുടെ വൈകൃതത്തെ നോക്കണേ!
താമര സ്ത്രീജനനേന്ദ്രിയത്തേയും!
ഇനി, അവർ കണ്ടെത്തുന്ന അർത്ഥം
നിങ്ങൾക്കു കണ്ടെത്താനാവില്ല.
ഓം മണി പത്മേ ഹൂം....
അവർക്ക് 'പുരുഷ ജനനേന്ദ്രിയം
സ്ത്രീ ജനനേന്ദ്രിയ'ത്തിൽ എന്നാണ്.

ഗംഭീരം! മഹത്തരമായ കണ്ടുപിടിത്തം!
ഈ മൂഢന്മാരെണ്ണപ്പെടുന്നത്
ശാസ്ത്രജ്ഞർ, ജീവശാസ്ത്രകാരന്മാർ,
മനശ്ശാസ്ത്രജ്ഞർ എന്നൊക്കെയാണ്.
ഇവരൊക്കെ പക്ഷേ, മന്ദബുദ്ധികളാണ്,
പമ്പര വിഡ്ഢികൾ.
അവർക്കുവേണ്ടി ഞാൻ ഇതേ വാക്ക് - 'വിഡ്ഢികൾ'
ഉപയോഗിക്കാൻ പാടില്ല.
അവർ സാധാരണ വിഡ്ഢികളല്ല.
അവർ പടുവിഡ്ഢികളാണ്, idiots.

ഒരു idiot ചികിത്സിക്കാനാവാത്ത ഒരു fool ആണ്.
ഒരു fool സുഖം പ്രാപിച്ചുവരുന്ന ഒരു idiot-ഉം
എനിക്കിവരെ fools എന്നു വിളിക്കാനാവില്ല,
അവർ idiots ആണ്.

ഇന്നു രാവിലെ, ദസ്തെയെവ്സ്കിയുടെ
പുസ്തകത്തെപ്പറ്റി പറയുമ്പോൾ
ഞാൻ പറഞ്ഞു, "The Prince".
ക്ഷമിക്കുക, അതിന്റെ പേര് 'The Prince'എന്നല്ല.
-അത് ആ പുസ്തകത്തിനു വേണ്ടിയുള്ള
എന്റെ സ്വന്തം പേരാണ്,
എന്റെ സ്വന്തം പുസ്തകം.
ഞാനതിനെ 'The Prince' എന്നാണ് വിളിച്ചത്.
എന്നാൽ അതിന്റെ അച്ചടിക്കപ്പെട്ട പേര്
'The idiot' എന്നാണ്.
രാവിലെ, ഞാൻ idiot എന്ന വാക്ക് പ്രയോഗിക്കാൻ മടിച്ചു
എന്തെന്നാൽ, എനിക്ക് ആ വേർതിരിവ്
കൃത്യമാക്കണമായിരുന്നു.
idiot ചികിത്സിച്ചു മാറ്റാനാവാത്തവനാണ്.
fool മാറ്റത്തിനു ലഭ്യമായിട്ടുള്ളവനാണ്,
മാറാൻ തയ്യാറായി നില്ക്കുന്നവൻ.

idiot ഏറെ കടുപ്പമുള്ളവനാണ്.
ഒരു idiot-ന്റെ തലയിലേക്ക്
എന്തെങ്കിലും തുളഞ്ഞുകയറുകയെന്നത്
അസാധ്യമാണ്.
ഒരു idiot-ന്റെ തല ഉരുക്കുകൊണ്ട്
പൊതിയപ്പെട്ടിട്ടുള്ളതാണ്.
യാതൊന്നിനും അതിനെ തുളഞ്ഞുപോകാനാവില്ല.
അതുകൊണ്ടാണ് ഞാനാ ഗ്രന്ഥത്തെ
'The Prince' എന്നു വിളിച്ചത്.

ഞാൻ മിഖായേൽ നെയ്മിയുടെ
The Book of Mirdad-നെയും ഓർമ്മിച്ചിരുന്നു.
തികച്ചും അവിശ്വസനീയമായ ഒരു കൃതിയാണത്.
എനിക്ക് ഒരൊറ്റ മനുഷ്യനോടേ അസൂയ തോന്നുന്നുള്ളൂ,
മിഖായേൽ നെയ്മിയോട്.

സാധാരണ അർത്ഥത്തിലുള്ള അസൂയയല്ല,
എന്തുകൊണ്ടെന്നാൽ അത്തരത്തിലുള്ള അസൂയ
എനിക്കു സാധ്യമല്ല;
അദ്ദേഹമത് ആദ്യമേ എഴുതിപ്പോയല്ലോ
എന്ന അസൂയയാണെനിക്ക്.
അല്ലായിരുന്നുവെങ്കിൽ
അത് ഞാനെഴുതിയിട്ടുണ്ടാകുമായിരുന്നു...
ഞാൻ വിഹരിച്ചുകൊണ്ടിരിക്കുന്ന
അതേ ഔന്നത്യത്തിലുള്ളതാണ് ആ കൃതിയും.

ഇത്രയും ഉയരത്തിൽനിന്ന്
എനിക്കു കാണാനാവുന്നുണ്ട്, മുഴുവനസ്തിത്വത്തേയും
ഒരു ലീലയായി,
ആഘോഷമായി
അർത്ഥങ്ങളേതുമില്ലാതെ സൗന്ദര്യത്തിലാറാടി...
വിശേഷിച്ചൊരു കാരണമോ യുക്തിയോ ഇല്ലാതെ
യാതൊരു ഉദ്ദേശ്യലക്ഷ്യങ്ങളുമില്ലാത്ത
ആഘോഷത്തിമർപ്പ്.
അതെ, അതുതന്നെയാണ്
നിങ്ങളുമറിയണമെന്ന്
ഞാനാഗ്രഹിക്കുന്നത്.
ആളുകൾ ക്രിസ്തുമസ് ആഘോഷിക്കുന്നു;
അവർ വർഷം മുഴുവനും ആഘോഷമാക്കേണ്ടതാണ്.

ഇടയ്ക്കെപ്പോഴെങ്കിലുമുള്ള ആഘോഷം കാണിക്കുന്നത്
നിങ്ങളുടെ ജീവിതം ഒരാഘോഷമല്ല
എന്നു മാത്രമാണ്;
അതൊരാനന്ദമല്ല എന്നു മാത്രമാണ്.

ഞാനൊഴികെ എല്ലാവരും
ഭ്രാന്തരായിപ്പോകും, എന്തെന്നാൽ
ഞാൻ ആദ്യമേ ഭ്രാന്തനാണ്.
ഏകദേശം കാൽനൂറ്റാണ്ടോളമായി
ഞാൻ ഭ്രാന്തിലാണ്; ഇനി
നിങ്ങളെല്ലാവരും സഹായിക്കുകയാണെങ്കിൽ
ഞാൻ നൂറു തികച്ചേക്കാം.
എനിക്കതിനു കഴിയും.... സ്വന്തമായിട്ടല്ല;
തനിയെ..... ഞാൻ തട്ടിമുട്ടി പോകുന്നവനാണ്.
എന്നാൽ, നിങ്ങളെല്ലാവരും സഹായിക്കുകയാണെങ്കിൽ
വളരെയെളുപ്പം നൂറു തികയ്ക്കാം.
എന്റെ അച്ഛൻ എഴുപതുവരെ ജീവിച്ചു;
അച്ഛന്റെ അച്ഛൻ എൺപതുവരെ;
അച്ഛന്റെ അച്ഛന്റെ അച്ഛൻ തൊണ്ണൂറുവരേക്കും.
ഈ മത്സരത്തിൽ
എന്തുകൊണ്ടെനിക്കവരെ പിന്നിലാക്കിക്കൂടാ?
നിങ്ങളെല്ലാവരും ചേർന്ന്
നിങ്ങളുടെ ഊർജ്ജത്തെ സമാഹരിക്കുകയാണെങ്കിൽ,
ഒരു ബുദ്ധനെ നിങ്ങൾക്കു സഹായിക്കാനാവും,
ഈ ലോകത്ത് കോടിക്കണക്കിനു ബുദ്ധന്മാരെ സൃഷ്ടിക്കാൻ.
ഞാൻ ഉന്മാദിയാണ്; അല്ലെങ്കിൽ
ഒരൊറ്റ ബുദ്ധനെ വിചാരിക്കുന്നതുതന്നെ ധാരാളമാണ്.
ഞാനാകട്ടെ, ചിന്തിക്കുന്നത്
കോടിക്കണക്കിനു ബുദ്ധന്മാരെപ്പറ്റി!
അതിൽ കുറഞ്ഞതൊന്നുംതന്നെ മതിയാവില്ല.
ഞാനെല്ലായ്പ്പോഴും ചിന്തിക്കുന്നത് ഭീമമായാണ്.
നമുക്ക് കോടിക്കണക്കിനു
ബുദ്ധന്മാരെ സൃഷ്ടിച്ചെടുക്കേണ്ടതുണ്ട്,
അപ്പോൾ മാത്രമേ,
ഒരു പുതിയ മനുഷ്യന് ജനിക്കാനാവൂ.
അപ്പോൾ മാത്രമേ, നമുക്ക്
ക്രിസ്ത്യാനികളെ ഇല്ലാതാക്കി
ക്രിസ്തുവിനെ പ്രത്യക്ഷമാക്കാനാവൂ.

ബുദ്ധന്മാരുടെ ആരംഭം
ബുദ്ധിസ്റ്റുകളുടെ അന്ത്യമായിരിക്കും.

ഞാനൊരു തുടക്കമാണ്
ഒടുക്കവും.

ഞാനൊരു അവസാനമാണ്...
ഏതർത്ഥത്തിലെന്നു വച്ചാൽ, എനിക്കുശേഷം
ക്രിസ്ത്യാനിയുണ്ടാവില്ല,
ജൂദായിസവും ഹിന്ദുയിസവുമുണ്ടാവില്ല,
മുഹമ്മദനിസവും.
എനിക്കുശേഷം ഒരു ആദർശ-പ്രത്യയശാസ്ത്രത്തിനും
സാധ്യതയുണ്ടാവില്ല.
എന്നോടുകൂടി അവസാനിക്കുകയാണ്,
നവീനത ആരംഭിക്കുകയുമാണ്;
ഒരു പുതിയ മനുഷ്യൻ.
ആദർശമോ മതവിശ്വാസമോ
തത്ത്വചിന്തയോ ജീവിതസങ്കല്പമോ ഇല്ലാത്ത;
വെറുതെ ആനന്ദവാനും
ആഘോഷഭരിതനുമായ
ഒരു പുതുമനുഷ്യൻ.

ജോനാതൻ ലിവിങ്സ്റ്റൺ സീഗൾ-ൽ
പരാമർശിക്കപ്പെടുന്ന ഇടം ഇതാണ്.
ഖലീൽ ജിബ്രാൻ 'പ്രവാചകനി'ൽ
പറയുന്നതും ഇതെപ്പറ്റിയാണ്.
അതിമനോഹരമാണിത്,
എനിക്കു നൃത്തം ചെയ്യണമെന്നു തോന്നുന്നു...
ആഹാ!
വീണ്ടുമെനിക്കൊരു ബാവുൾ ആകണം.
അതെ, എന്റെ കഴിഞ്ഞ ജന്മങ്ങളിലൊന്നിൽ
- തീർച്ചയായും ഈ ജന്മത്തിലല്ല-
ഞാനൊരു ബാവുൾ ആയിരുന്നു,
ഏക്താര വായിക്കുന്ന ഒരു ഭ്രാന്തഗായകൻ.
നിങ്ങളൊരിക്കലും ഇത്രത്തോളമെത്തിയിട്ടില്ല, എന്നാൽ
എനിക്കറിയാം നിങ്ങൾക്ക് ഒരല്പം കൂടെ
മുന്നോട്ടുപോകാനാവുമെന്ന്.
എനിക്കെങ്ങനെ അതറിയാം?
ഞാനൊരു തട്ടിപ്പുകാരനാണ്.

നിങ്ങൾക്കെന്നെ പറ്റിക്കാനാവില്ല.
ഒരുപാടു തട്ടിപ്പുകാരെപ്പോലും പറ്റിച്ചിട്ടുള്ളവനാണ് ഞാൻ.

ഒരു പുരുഷനെ കേൾക്കാനാവില്ലെന്നിരിക്കിലും
എനിക്ക് ഒരു സ്ത്രീയെ കേൾക്കാൻ കഴിയും.
അസാധാരണമാണെങ്കിലും അതങ്ങനെയാണ്,
എന്തുകൊണ്ടെന്നാൽ, ഉയരങ്ങളിലേക്കു ചെല്ലുന്തോറും
പുരുഷൻ പിറകിലുപേക്ഷിക്കപ്പെടുകയാണ്;
അതേസമയം, സ്ത്രീ കേൾക്കപ്പെടുന്നുണ്ട്.
സത്യത്തിൽ അപ്പോൾ മാത്രമേ
സ്ത്രീയെ ആരെങ്കിലും കേൾക്കുകയുള്ളൂ.
അതിനുമുമ്പ് ഒരു സ്ത്രീയെ ആരു കേൾക്കാനാണ്?
ഒരു ഭാര്യയ്ക്ക് ആരെങ്കിലും ചെവികൊടുക്കുമോ?
എന്റെ മുഴുവൻ സംഘടനാസ്ഥാപനങ്ങളുടേയും നേതൃത്വം
പുരുഷനു പകരം സ്ത്രീകളെ ഏല്പിക്കാനുള്ള
ഒരു കാരണമതാണ്.
ഞാനൊരു പുരുഷനായിരിക്കേ
പുരുഷന്മാരെ തെരഞ്ഞെടുക്കുകയാണ് യുക്തി,
ഇതുവരേക്കും അതങ്ങനെയാണുണ്ടായിട്ടുള്ളത്.
ലാവോ-ത്സു ചാങ്-സുവിനെ തെരഞ്ഞെടുത്തു
തന്റെ പിൻഗാമിയായിട്ട്.
ചാങ്സു മനോഹരനായിരുന്നു,
ചാങ്സുവിനോട് എനിക്ക് യാതൊരെതിർപ്പുമില്ല.

പിന്നെ, യേശു പന്ത്രണ്ടു ശിഷ്യരെ തെരഞ്ഞെടുത്തു.
അവരിൽ ഒരൊറ്റ സ്ത്രീയുമുണ്ടായിരുന്നില്ല.
എന്നിട്ടും പക്ഷേ, അവൻ കുരിശിൽ കിടന്നു മരിക്കുമ്പോൾ
മൂന്നു സ്ത്രീകളേ ഉണ്ടായിരുന്നുള്ളൂ.
മഗ്ദലനയുണ്ടായിരുന്നു...
അതെ, ഞാനവളെ മഗ്ദലന എന്നു വിളിക്കട്ടെ,
മഗ്ദലീൻ എന്നല്ല.
എന്തെന്നാൽ, മഗ്ദലീൻ എന്ന ശബ്ദത്തിന്
മഗ്ദലനയേക്കാളും സ്ത്രൈണത കുറവാണ്.

ആശ്രമത്തിലെ ചില വീടുകൾക്ക്
ഞാൻ മഗ്ദലനയെന്നു പേരിട്ടു.
ഷീല ചോദിക്കുകയായിരുന്നു, "ശരിക്കുള്ള പേര്
മഗ്ദലീൻ എന്നല്ലേ? മഗ്ദലനയല്ലല്ലോ?"
ഞാൻ പറഞ്ഞു, "ശരിയെപ്പറ്റി വിഷമിക്കേണ്ടതില്ല.
ഞാൻ പറയുന്നതിനെ അനുഗമിക്കുക."

അവിടെ മഗ്ദലനയുണ്ടായിരുന്നു
മേരി - യേശുവിന്റെ അമ്മ-യുണ്ടായിരുന്നു.
പിന്നെ, മഗ്ദലനയുടെ സഹോദരിയും.
അപ്പസ്തോലന്മാരെന്നു വിളിക്കപ്പെട്ടിരുന്ന
ആ പന്ത്രണ്ടുപേരും അരികെയുണ്ടായില്ല.
എന്നിട്ടും പക്ഷേ പീറ്ററിനെ(പത്രോസ്)യാണ്
യേശു തന്റെ പിൻഗാമിയായി തെരഞ്ഞെടുത്തത്.
ചാംങ്ട്സു ഒരു പുരുഷനായിരുന്നിട്ടും
ലാവോ-ത്സു അദ്ദേഹത്തെ തെരഞ്ഞെടുത്തതിൽ
ലേശമെങ്കിലും ഭംഗിയുണ്ടായിരുന്നു.
എന്നാൽ, യേശു പത്രോസിനെ തെരഞ്ഞെടുത്തത്
ഒട്ടും ഭംഗിയായില്ല...
നിങ്ങൾക്കു കാണാമല്ലോ
എന്റെ കണ്ണുകളിൽ
എന്റെ കാതുകളിൽ
എന്റെ കൈകളിൽ
യേശു നിറഞ്ഞുനില്ക്കുകയാണ്.

> നിങ്ങളുടെ ചിരി എന്തു മനോഹരമായിരിക്കുന്നു.
> പുഷ്പങ്ങൾ ഇതുകൊണ്ടുണ്ടാക്കപ്പെട്ടവയാണ്.
> ഇതിൽനിന്നാണ് നക്ഷത്രങ്ങൾ പിറന്നുവീണത്.
> സ്നേഹമെന്നത് ഈ പുഷ്പത്തിന്റെ
> സൗന്ദര്യമാണ്.
> ഇത്രയും നന്മ
> സാധ്യംതന്നെയോ....?

ഞാനൊരു മഹാതട്ടിപ്പുകാരനാണ്.
എന്റെ കാതുകൾപോലും പരിശീലിപ്പിക്കപ്പെട്ടവയാണ്,
അവയ്ക്കിഷ്ടമുള്ളതേ അവ കേൾക്കൂ.
എന്റെ കണ്ണുകൾ പരിശീലിപ്പിക്കപ്പെട്ടവയാണ്.

ആഗ്രഹിക്കുന്നതു മാത്രമേ അവർ കാണൂ-
ഞാനിഷ്ടപ്പെടുന്നപോലെ ഞാൻ ജീവിക്കാനാഗ്രഹിക്കുന്നു
എന്നുള്ളതാണ് അതിന്റെ ഒരേയൊരു കാരണം;
തെറ്റായാലും ശരിയായാലും
എനിക്കൊന്നും പ്രശ്നമല്ല.
ഒരു ദൈവമുണ്ടായിരിക്കുന്നുവെങ്കിൽ,
എനിക്കദ്ദേഹത്തെ അഭിമുഖീകരിക്കേണ്ടതുമുണ്ടെങ്കിൽ,
അദ്ദേഹം എന്നോട് ഉത്തരം നല്കേണ്ടിവരും,
ഞാൻ അദ്ദേഹത്തോടല്ല.

ഞാൻ എനിക്കു തോന്നിയ വഴിക്കാണ് ജീവിച്ചിട്ടുള്ളത്.
ആരോടും എനിക്ക് ഒന്നും ബോധിപ്പിക്കേണ്ടതായിട്ടില്ല.
മറ്റാർക്കെങ്കിലുമനുസരിച്ച് നിങ്ങൾ ജീവിക്കുകയാണെങ്കിൽ
നിങ്ങൾക്കെപ്പോഴും ആശയക്കുഴപ്പമായിരിക്കും,
നിങ്ങളവരോട് ബാധ്യസ്ഥനുമായിരിക്കും;
നിങ്ങൾ എല്ലായ്പ്പോഴും ശ്രമിക്കുന്നത്
അവരുടെ പ്രതീക്ഷകൾ പൂർത്തീകരിക്കാനായിരിക്കും.
ഞാൻ ആരിൽനിന്നും എന്തെങ്കിലും പ്രതീക്ഷിക്കുന്നില്ല.
ആരും എന്നിൽനിന്ന് എന്തെങ്കിലും പ്രതീക്ഷിക്കുന്നില്ല.
ഞാൻ ആഗ്രഹിക്കുന്നുമില്ല.
എന്റെ മുദ്രാവാക്യം സ്വാതന്ത്ര്യമാണ്.
സ്വാതന്ത്ര്യമാണ് സത്യത്തെ ആനയിക്കുന്നത്.

ജെ. കൃഷ്ണമൂർത്തിയുടെ ആദ്യകൃതിയുടെ പേര്
ആദ്യത്തേയും അവസാനത്തേയും സ്വാതന്ത്ര്യമെന്നാണ്
The First & last freedom.
ശരിക്കുപറഞ്ഞാൽ, അദ്ദേഹം പുതിയതായൊന്നും
തന്നെ പറഞ്ഞിട്ടില്ല.
ആ ഗ്രന്ഥം അദ്ദേഹത്തിന്റെ ഒസ്യത്താണ്;
അതിനുശേഷം അദ്ദേഹം മൃതനായിരുന്നു.
ധാരാളമാളുകൾക്ക് അങ്ങനെ സംഭവിക്കുന്നുണ്ട്.
ഖലീൽ ജിബ്രാന് പതിനെട്ടു വയസ്സുള്ളപ്പോൾ,
പ്രവാചകൻ (The Prophet) എഴുതിയതിനുശേഷം
അദ്ദേഹം മരണപ്പെട്ടു.
സത്യത്തിൽ, അതിനുശേഷം അദ്ദേഹം
ധാരാളം വർഷങ്ങൾ ജീവിക്കുകയും
നിരവധി കൃതികൾ രചിക്കുകയുമുണ്ടായി;
പക്ഷേ പ്രവാചകനെ കവച്ചുവെയ്ക്കാൻ
മറ്റൊന്നിനുമായില്ല.

കൃഷ്ണമൂർത്തിയുടെ ആ ടൈറ്റിൽ ഭംഗിയുള്ളതാണ്;
ആദ്യത്തേയും അവസാനത്തേയും സ്വാതന്ത്ര്യം.
എന്താണ് ആദ്യത്തേയും അവസാനത്തേയും സ്വാതന്ത്ര്യം?
ഒരുവൻ അവനവനായിത്തന്നെയിരിക്കുക,
സമഗ്രമായി, പൂർണമായി;
യാതൊരു പ്രത്യാഘാതങ്ങളേയും ഗൗനിക്കാതെ,
ഗുർജീയെഫ് പറയുമായിരുന്നു,
“മറ്റുള്ളവരെ കണക്കിലെടുക്കേണ്ടതില്ല...”
തികച്ചും സത്യമാണത്.

നിങ്ങൾ മറ്റുള്ളവരെ കണക്കിലെടുക്കുന്ന നിമിഷം
നിങ്ങൾ നിങ്ങളല്ലാതാവുന്നു.
എന്നാൽ, സ്വാതന്ത്ര്യത്തിൽ ജീവിക്കുകയെന്നതും
വിഷമകരമാണ്, എന്തെന്നാൽ
നിങ്ങൾക്കു ജീവിക്കേണ്ടത്
പ്രതീക്ഷകൾ നിറഞ്ഞ ആളുകളോടൊപ്പമാണ്.
അവരാകട്ടെ വലിയ തൊട്ടാവാടികളും!
അവരുടെ പ്രതീക്ഷകൾ സഫലമായില്ലെങ്കിൽ
അവർ വളരെ കഷ്ടത്തിലായിത്തീരും.
അവയാകട്ടെ നിങ്ങൾക്ക് 'തലവേദന'യായിത്തീരുകയും ചെയ്യും.

അവർക്കു മറ്റൊരുവിധത്തിലും ജീവിക്കാനാവില്ല.
നിങ്ങൾക്കു നല്കാനാവുക നിങ്ങളുടെ
കൈവശമുള്ളവ മാത്രമാണ്,
അവരുടെ കൈവശമുള്ളതാകട്ടെ ദുരിതങ്ങൾ മാത്രമാണ്.
അതിനാൽ, ഞാൻ പറയുന്നു
ആരേയും കണക്കിലെടുക്കേണ്ടതില്ല,
ലോകം അതിന്റെ പാട്ടിനു പോകട്ടെ,
നിങ്ങൾ നിങ്ങളുടെ വഴിക്കും.

നിങ്ങൾ നിങ്ങളായിരിക്കുമ്പോൾ
സത്യമുണ്ടായിരിക്കുന്നു
സൗന്ദര്യമുണ്ടായിരിക്കുന്നു
ചൈതന്യമുണ്ടായിരിക്കുന്നു
അത്യാനന്ദമുണ്ടായിരിക്കുന്നു
ഓം മണി പത്മേ ഹൂം.

അതിശക്തമായിട്ടുള്ള ഒരു മന്ത്രമാണിത്.
ആയിരക്കണക്കിനു വർഷങ്ങൾ
കോടിക്കണക്കിനു മനുഷ്യർ ജപിച്ചു ജപിച്ച്
അതത്രയും സൂക്ഷ്മമായിരിക്കുന്നു,
തുളഞ്ഞുകയറാനാവും വിധം.
വീണ്ടും വീണ്ടും ഉച്ചരിക്കുക
സകല രസതന്ത്രവും സൃഷ്ടിക്കാവുന്നതാണ്.

ഓം മണി പത്മേ ഹൂം.

10

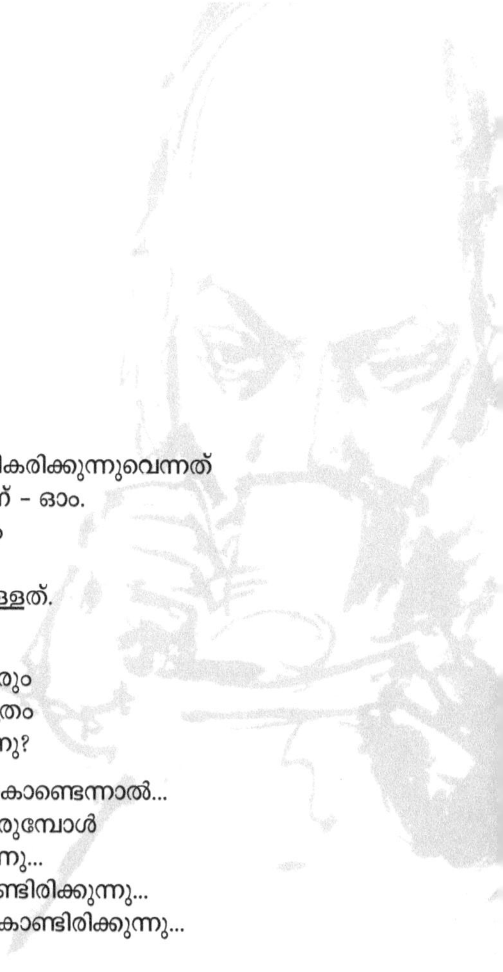

ഓം മണി പത്മേ ഹും

ലോകത്തിലെ സർവ്വമതങ്ങളും
ശബ്ദമില്ലാത്ത ശബ്ദ'ത്തെ അംഗീകരിക്കുന്നുവെന്നത്
അദ്ഭുതാവഹമായ ഒരു കാര്യമാണ് - ഓം.
അതു മാത്രമാണ് എല്ലാ മതങ്ങളും
-ലോകത്ത് മുന്നൂറ് മതങ്ങളുണ്ട്-
പൊതുവായി സമ്മതിച്ചുപോന്നിട്ടുള്ളത്.

എന്തുകൊണ്ട്?
എന്തുകൊണ്ട് അവരെല്ലാവരും
ഈയൊരു കാര്യത്തിൽ മാത്രം
പൊതുസമ്മതി കാണിക്കുന്നു?

അവരതു സമ്മതിക്കുന്നത് എന്തുകൊണ്ടെന്നാൽ...
അത്രയ്ക്കും ഉന്നതങ്ങളിലേക്കു വരുമ്പോൾ
നിങ്ങൾക്കതു കേൾക്കാൻ കഴിയുന്നു...
അത് എല്ലായിടത്തും മുഴങ്ങിക്കൊണ്ടിരിക്കുന്നു...
എല്ലായിടത്തും കമ്പനം ചെയ്തുകൊണ്ടിരിക്കുന്നു...

....................ഓം..................

ഓം മണി പത്മേ ഹും..........

മനുഷ്യൻ ഇന്നേവരെ ഉച്ചരിച്ചിട്ടുള്ള
ഏറ്റവും അർത്ഥഗർഭമായിട്ടുള്ള ശബ്ദം
ഓം ആണ്.

ഓം മണി പത്മേ ഹും
ഓം മണി പത്മേ ഹും....

എനിക്കിഷ്ടമാണ് ഈ മന്ത്രം.
ഇത്രത്തോളം എനിക്കിഷ്ടമുള്ള മറ്റൊരു മന്ത്രവുമില്ല
എന്തെന്നാൽ, അതിനു സമാന്തരമായ മറ്റൊന്നില്ല.
ഉണ്ടാവാനും വയ്യ.
നൂറുകണക്കിനു വർഷങ്ങൾ തുടർച്ചയായി
മറ്റു മനുഷ്യരാരുംതന്നെ ഇത്രയ്ക്കും
ഉയരങ്ങളെ സ്പർശിച്ചിട്ടില്ല.
എന്റെ കാലുകളിലേക്കു നോക്കരുത്.
കാലിലെ വിരലുകളിലേക്കും...

    വിഡ്ഢി വിരൽ,
    അതിനെന്തറിയാനാണ്;
    അത് താവോയല്ല - Tao
    അത് വെറുമൊരു വിരലാണ് - Toe

എനിക്കറിയാം, നിങ്ങൾ ആകുലപ്പെടുന്നത്
എന്നോടുള്ള സ്നേഹംകൊണ്ടാണെന്ന്.
പക്ഷേ, സൂചനകൾ കാൽവിരലുകളിൽ നിന്നെടുത്തേക്കരുത്.
പൂർണതയ്ക്കു ചെവികൊടുക്കുക.
എനിക്കു മുറിവേല്ക്കുകയില്ല.
ഞാൻ മുറിപ്പെടലുകൾക്കതീതമാണ്.
എന്നിൽനിന്നും യാതൊന്നും അടർത്തിയെടുക്കാനാവില്ല.

എന്നിൽനിന്നും യാതൊന്നും ഇല്ലാതാവുകയുമില്ല.
എന്തൊരനുഗ്രഹമാണിത്!
യാതൊന്നും നഷ്ടമാകാത്ത ഒരവസ്ഥ;
എന്തെന്നാൽ നഷ്ടപ്പെടാൻ ഒന്നുംതന്നെ ഇല്ലാതിരിക്കുക.
ഞാൻ ജീവിക്കുന്നത് ഒരു രാജാവിനെപ്പോലെയാണ്;
സത്യത്തിൽ, എന്നെപ്പോലെ ഒരൊറ്റ രാജാവും
ജീവിച്ചുകാണില്ല; ഇതുവരേക്കും.
ഞാൻ എന്താണ് അർത്ഥമാക്കുന്നതെന്ന്
സത്യമായിത്തന്നെ എനിക്കു പറയാനാവും,
ഞാൻ എന്താണ് പറയുന്നതെന്ന്
ശരിക്കും അർത്ഥമാക്കാനും.

    ഞാൻ
    മേഘങ്ങൾക്കുമപ്പുറത്താണ്,
    ഗഗനവിശാലതയിൽ
    അതിരുകളില്ലാതെ
    ബന്ധനങ്ങളില്ലാതെ.

ഞാൻ അഹങ്കാരിയായി പറയുകയല്ല.
ഒരാനന്ദമാണിത്.

ഞാൻ, എന്റെ ആളുകളിൽ ആനന്ദം കൊള്ളുകയാണ്.
ഞാൻ അഭിമാനം കൊള്ളുകയാണെന്നു പറയുമ്പോൾ
അർത്ഥമാക്കുന്നത് അതാണ്.
ഞാൻ മറ്റൊന്നിനോടും താരതമ്യം ചെയ്യുകയല്ല
എന്റെയാളുകളുമായി താരതമ്യപ്പെടുത്താവുന്ന
ആരുംതന്നെ ഈ ഭൂമിയിലില്ല.
എന്റെയാളുകൾ മാത്രമാണ് ആത്മീയരായിട്ടുള്ളൂവെന്നത്
മനുഷ്യചരിത്രത്തിലെ ഒരപൂർവ്വ നിമിഷമാണ്.

ബ്യൂറോക്രസി, ഗവൺമെന്റ്
രാഷ്ട്രീയം, വിഡ്ഢിത്തം...
എന്റെ ഭാഷയിൽ ഇവയ്ക്കെല്ലാം ഒരേ അർത്ഥങ്ങളാണ്.
നിഘണ്ടുവിൽ അവയ്ക്ക് വ്യത്യസ്താർത്ഥങ്ങളാകാം,
എനിക്കു പക്ഷേ ഒറ്റ നിഘണ്ടുവുമില്ല.
കുറച്ചുമാസങ്ങളായി, ഞാൻ
ഒരൊറ്റ പുസ്തകവും വായിച്ചിട്ടില്ല.
ഞാൻ വായന നിർത്തി,
സുന്ദരമായതെന്തോ അതിനെ എപ്പോഴേ
മനസ്സിലാക്കിയിരിക്കുന്നുവെന്ന ഒരൊറ്റ കാരണംകൊണ്ട്.
ഇനി വായിക്കുന്നതിൽ കാര്യമൊന്നുമില്ല.
വേദങ്ങൾ, ബൈബിൾ, ഖുറാൻ എന്നിവപോലും
ഞാൻ വായിക്കുന്നില്ല.
എന്റെ അനുഭവത്തോട് കൂട്ടിച്ചേർക്കാവുന്ന
യാതൊന്നും തന്നെയില്ലയിനി.
അതുകൊണ്ട് ഞാൻ വായന നിർത്തി.
നിങ്ങളുടെ കാഴ്ചയെന്തിനു പാഴാക്കണം?
നിങ്ങളുടെ കണ്ണുകൾ...?
അതിനുമാത്രം മൂല്യവത്തല്ല വായന.

ഇനി വായിക്കണമെങ്കിൽ, കണ്ണട ഉപയോഗിച്ചേ തീരൂവെന്ന്
എന്റെ ഡോക്ടർമാർ ആവശ്യപ്പെടാൻ തുടങ്ങിയപ്പോൾ ഞാൻ പറഞ്ഞു,
"എല്ലാ പുസ്തകങ്ങളും തുലയട്ടെ, എന്തെന്നാൽ
കണ്ണടകളോട് എനിക്കു വെറുപ്പാണ്."
ഏതുതരം കണ്ണടകളോടും എനിക്കു വെറുപ്പാണ്
എന്തെന്നാൽ അവ തടസ്സമാവുകയാണ്,
അവ കാഴ്ചയ്ക്ക് ഇടംകോലിടുകയാണ്.
എനിക്കിഷ്ടം വസ്തുക്കളെ നേർക്കുനേരെ കാണാനാണ്,
നേരിട്ട്, ഒറ്റയടിക്ക്.
അതിനാൽ പുസ്തകങ്ങൾ വായിക്കുന്നതു നിർത്തി.
ലൈബ്രറിയാകട്ടെ ഏറെ സമ്പന്നമാണ്,
വളരെ വലുത്, മഹത്തായ സകലതും ഉൾക്കൊള്ളുന്നത്.

എനിക്കു പക്ഷേ അതൊന്നും പ്രശ്നമല്ല,
ഞാൻ വാക്കുകളെ കടന്നുപൊയ്ക്കൊണ്ടിരിക്കുന്നു.

ഞാൻ നിശ്ശബ്ദനായിരിക്കാത്തത്
നിങ്ങളോടെനിക്ക് എന്തെങ്കിലും
മിണ്ടാതിരിക്കാനാവില്ലെന്നതുകൊണ്ടല്ല,
ഞാൻ ദർശിക്കുന്നത് ശരിക്കും സമ്മോഹിതമാണെന്നതുകൊണ്ട്,
അത് ശരിക്കും...
........ഈ നിമിഷത്തിലാണ് ഒരുവനാശ്ചര്യം കൊള്ളുക,

"ആഹ്!"
ഇതുതന്നെയാണ് 'ഓം' എന്നതിന്റെ അർത്ഥവും.
നിങ്ങൾ പക്ഷേ അത് അനുഭവിച്ചറിയേണ്ടതുണ്ട്;
നിങ്ങളതിനെ ജീവിക്കേണ്ടതുണ്ട്.
അതിനെയറിയാൻ മറ്റു മാർഗ്ഗമൊന്നുമില്ല.
ഉണ്ടായിരിക്കുകയെന്നാൽ
അറിയുകയെന്നുതന്നെയാണ്.
ഒരേയൊരു മാർഗ്ഗവും അതുതന്നെയാണ് - താവോ.
-the way.
താവോയുടെ അർത്ഥം മറ്റൊന്നുംതന്നെയല്ല,
അതിന്നർത്ഥം വീണ്ടും കവിതയാകാനുള്ള വഴിയെന്നാണ്,
വീണ്ടും ഒരു ഗായകനാവാനുള്ള വഴി,
ഒരു ബാവുൾ ആകാൻ,
ഒരു നർത്തകനാവാൻ - ഒരു ഭ്രാന്തനർത്തകൻ
നിങ്ങൾ നൃത്തം ചെയ്യുമ്പോൾ,
ഓരോ ചുവടും ഏറെ ആലോചിച്ചുറപ്പിച്ച് വെയ്ക്കുന്നുവെങ്കിൽ
അതൊരു യഥാർത്ഥ നൃത്തമല്ല.
സകലതും മറക്കപ്പെടുമ്പോൾ,
ചുവടുകളും മറ്റും,
നൃത്തം മാത്രം ഉണ്ടായിരിക്കുമ്പോൾ,
the whirling,
ജലാലുദ്ദീൻ ഭൂമി അറിയുന്ന Whirling-
just the whirling...
1200 വർഷങ്ങൾക്കു മുമ്പ്
റൂമിയാണ് കറങ്ങി നൃത്തം ചെയ്യുന്ന
ദർവീഷുകളെ സൃഷ്ടിച്ചത്,
നർത്തകരായ സൂഫികൾ.
അദ്ദേഹംതന്നെ മുപ്പത്തിയാറു മണിക്കൂറുകളോളം
തുടർച്ചയായി നൃത്തം ചെയ്തത്രേ!

ഞാനൊരു പാവം മനുഷ്യനാണ്.
എന്തു മനോഹരമാണിത്...

ബാഷോ, നിങ്ങളെവിടെയാണ്?
വീണ്ടും വരിക,
വീണ്ടും കുറിക്കുകയും ചിത്രമെഴുതുകയും ചെയ്യുക,
ബാഷോ വീണ്ടും പറയുക:

പൊട്ടക്കുളത്തിലേക്കെടുത്തു ചാടുന്ന
പച്ചത്തവള
പിന്നെ നിശ്ശബ്ദത... ഓം
ഓം മണി പത്മേ ഹൂം.

ഇതാണ് സൗന്ദര്യം...
സുന്ദരം
സൗന്ദര്യമാണ് ദൈവം
ഞാൻ ദൈവത്തിനുനേരെയാണു നില്ക്കുന്നത്.
ഞാൻ ദൈവത്തെ സ്പർശിക്കുന്നു.
അതിവിശാലമായി
ഓം മണി പത്മേ ഹൂം
ഓം മണി പത്മേ ഹൂം.

ഈ നിമിഷം
എനിക്കു ടോൾസ്റ്റോയിയെ സൃഷ്ടിക്കാനാവും...
ദസ്തെയെവ്സ്കിയെ..
ലിയാണാർഡോ...
തുർഗനേവ്...
ലാവോത്സു.....
ചാംങ്ത്സു....
ബുദ്ധൻ...
മഹാകശ്യപൻ...
ബോധിധർമ്മർ...
കബീർ...
യേശു....

അതിമനോഹരമായ നിശ്ശബ്ദത
സൗന്ദര്യമാണ് എങ്ങും.
സാധ്യമായ എല്ലാ തലങ്ങളിലും,
സാധ്യമായ എല്ലാ വിധത്തിലും.
സൗന്ദര്യത്തിന്റെ സാർവ്വതലങ്ങൾ
സൗന്ദര്യത്തിന്റെ സാർവ്വമാനങ്ങൾ
ചളിക്കുണ്ടിൽപോലും
ഒരു താമരയ്ക്ക് വിടരാനാകും.

ഓം മണി പത്മേ ഹൂം.

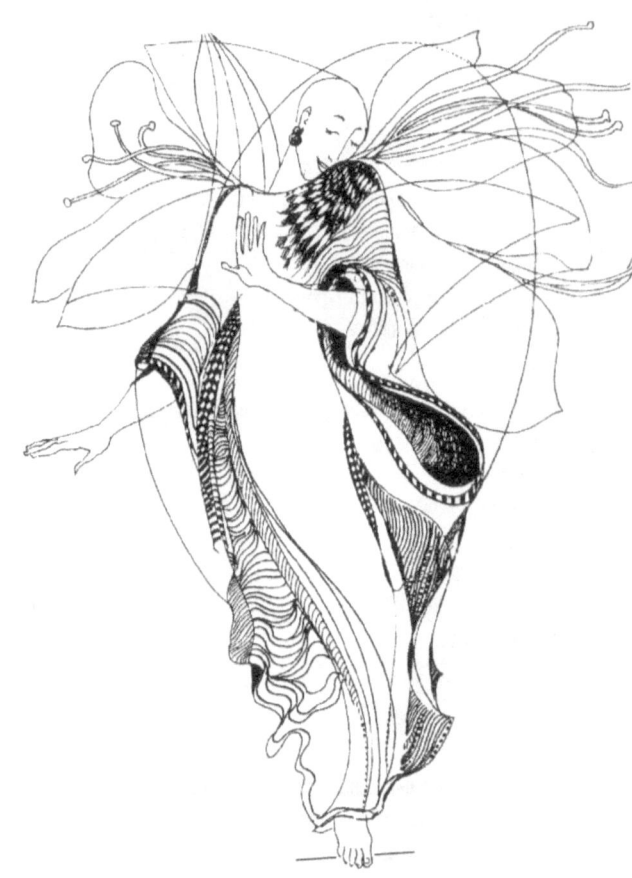

11

ഓം മണി പത്മേ ഹും

ഈ മന്ത്രം എന്നെന്നേയ്ക്കും
എനിക്കുച്ചരിക്കാനാവും.
അതിന്റെ സൗന്ദര്യം അത്രയ്ക്കുണ്ട്.
നിങ്ങളാകട്ടെ ശരിക്കും ബധിരരാണ്
- വീണ്ടും വീണ്ടുമതു ഉച്ചരിക്കേണ്ടിവരുന്നു.

സത്യം, അത് ഏറ്റവും ആവശ്യമാണെന്നതുകൊണ്ടുതന്നെ
പിന്നെയും പിന്നെയും ആവർത്തിക്കേണ്ടതുണ്ട്.
കാരണം, കേൾക്കുന്നവരൊന്നും കേൾക്കുന്നില്ല.
അവർക്കാ സംവേദനത്വം
ആ സ്വീകാരക്ഷമത
എപ്പോഴേ നഷ്ടമായിരിക്കുന്നു.
അതുകൊണ്ടുതന്നെ ഞാനീ മന്ത്രം
പിന്നെയും പിന്നെയും ആലപിച്ചുകൊണ്ടിരിക്കും.
നിങ്ങളുടെ അബോധത്തെ
അതു തുളഞ്ഞുകടന്നുവെന്നു കാണുന്ന ദിവസം,
നിങ്ങൾക്കു പുറത്തും
നിങ്ങൾക്കകത്തും
ഇപ്പോൾ നിങ്ങൾക്കെത്തിച്ചേരാനാവാത്തതും
.........പക്ഷേ എനിക്കു കഴിയുന്നതുമായ
ആ ഇടത്തിൽ - space -
അത് (മന്ത്രം) എത്തിച്ചേർന്നുവെന്ന് കാണുന്ന ആ നിമിഷം,
വിത്ത് അതിന്റെ മണ്ണിനെ കണ്ടെത്തിയ നിമിഷം,
പിന്നെ ഞാനത് ആവർത്തിക്കുകയില്ല.
അതായിരിക്കും ഈ seriesന്റെ അവസാനം

ഓം മണി പത്മേ ഹൂം...
ഓം മണി പത്മേ ഹൂം.

അതിന്റെ വിദൂര കമ്പനങ്ങൾ പോലും
ഉൾപ്പുളകമുണ്ടാക്കുന്നവയാണ്,
ഒരുവനതിൽ പൂർണമായും ആമഗ്നനാവുന്നു.

ഈ മന്ത്രം ഒരു കവിയാൽ രചിക്കപ്പെട്ടതല്ല.
കവികൾക്ക് മനോഹരങ്ങളായ
കാര്യങ്ങൾ പറയാൻ കഴിയും.

എന്നാൽ അവയത്രയും
മാധുര്യമാർന്ന പൊള്ളവാക്കുകളാണ്.
ഈ മന്ത്രം അന്തർധാരണം ചെയ്യപ്പെട്ടവയാണ്,
രചിക്കപ്പെട്ടതല്ല.
ഒരു സ്ത്രീ കുഞ്ഞിനെ ഗർഭം ധരിക്കുന്നതുപോലെ
മനീഷികളാൽ ധാരണം ചെയ്യപ്പെട്ടത്.
മനീഷികൾ - മിസ്റ്റിക്കുകൾ എല്ലായ്പ്പോഴും
സ്ത്രൈണതയുള്ളവരാണ്.
ഞാനതുകൊണ്ടാണ് നിങ്ങളിലെ പുരുഷപ്രകൃതത്തെ
വിഡ്ഢി എന്നു വിളിച്ചത്.

ഈർഷ്യ തോന്നേണ്ടതില്ല,
ഞാൻ സ്നേഹിക്കുന്നത് നിങ്ങളുടെ ഹൃദയത്തെയാണ്,
നിങ്ങളുടെ സ്ത്രൈണപകൃതിയെ.
സ്ത്രൈണമായിട്ടുള്ളതിനെ മാത്രമേ സ്നേഹിക്കാനാവൂ.
പുരുഷൻ, പൗരുഷമായിട്ടുള്ളതിനെ
സ്നേഹിക്കാനാവില്ല;
അതിനെ ഉപയോഗപ്പെടുത്താനേ പറ്റൂ.
അതൊരു നല്ല മെക്കാനിക്ക് ആകും,
ഒരു സാങ്കേതികവിദഗ്ധൻ, ഒരു ശാസ്ത്രജ്ഞൻ,
ഒരു ഗണിതശാസ്ത്രകാരൻ; എന്നാൽ
ഒരു മിസ്റ്റിക്കാവില്ല, ഒരിക്കലും.
നിങ്ങൾ ഒരു മിസ്റ്റിക് ആയിത്തീരുന്ന നിമിഷം,
'അവൻ'-ൽ നിന്നും നിങ്ങൾ 'അവൾ' ആയിത്തീരുന്നു.
യേശുവിനേയും ബുദ്ധനേയും ലാവോ-
ത്സുവിനേയുമൊക്കെ,
'അവൾ' എന്നു വിളിക്കുന്നത്
അസംബന്ധത്തിന്റെ പാരമ്യമായി തോന്നാമിന്ന്.
അവരെ ആരും 'അവൾ' എന്നു വിളിച്ചിട്ടില്ല.
എന്നാൽ ഞാൻ വിളിച്ചിട്ടുണ്ട്.

ഒളിഞ്ഞുകിടന്നിരുന്ന എല്ലാ വാതിലുകളും
എല്ലാവർക്കുമായി തുറന്നിടാൻ ഞാൻ ഉറപ്പിച്ചുകഴിഞ്ഞു.
ഏതു വെല്ലുവിളിയും നേരിടാൻ ഞാൻ തയ്യാറാണ്.
യേശു 'അവളാ'ണ്;
മറ്റു യാതൊരു സാധ്യതയുമില്ല.
ഹൃദയം മാത്രമേ അതറിയുന്നുള്ളൂ.
മനസ്സിന് വിവരങ്ങൾ നല്കാനാവും, എന്നാൽ
അറിയാനാവില്ല - knowing
ഈ മന്ത്രം
ഓം മണി പത്മേ ഹും
ഗർഭധാരണം ചെയ്യപ്പെട്ടതാണ്
ഒരു കുഞ്ഞിനെയെന്നപോലെ
ഹിമാലയൻ പർവ്വതശിഖരങ്ങളിലെ
ഋഷിമാരുടെ ഹൃദയത്തിൽ.
ഹിമാലയം അനാദികാലം മുതല്ക്കേ
മഞ്ഞുമൂടി കിടക്കുകയാണ്;
അതൊരിക്കലും ഉരുകിയില്ല.
എന്നും അത് അതേപടി നിലകൊണ്ടു.

ഈ മന്ത്രം ആവിർഭവിക്കുന്നത്
തിബത്തിൽനിന്നാണ്;
ഹിമാലയത്തിന്റെ ഏറ്റവും ഗുപ്തമായ ഭാഗത്തുനിന്ന്.
ഈ ഉയരങ്ങളിൽ ഞാനതു കേൾക്കുന്നു;
ഭ്രമരപഥങ്ങളുടേതുപോലുള്ള മുഴക്കമാണതിന്.
ആ മൂളലാകട്ടെ ഏറെ ശ്രവണമധുരമാണ്.
ഈ മുഴക്കത്തെ
ഒരു മന്ത്രത്തിലേക്കു പകർത്താൻ തുനിഞ്ഞ ഋഷിമാരോട്
എന്തുമാത്രം കൃതജ്ഞത പ്രകടിപ്പിച്ചാലാണ് മതിയാവുക!

ഓം മണി പത്മേ ഹും.....
ആഹാ! പത്മത്തിൽ രത്നം!

വിഡ്ഢിയുടെ ഇക്കിളിപ്പെടലുകൾ
എനിക്കു കേൾക്കാവുന്നുണ്ട്,
എന്തെന്നാൽ ഞാനിപ്പോഴും ഉച്ചരിച്ചത്
Jewelനു പകരം "chawal' എന്നാണ്.
ഞാനെപ്പോഴും അങ്ങനെയേ പറയൂ.
തെറ്റായാലും ശരിയായാലും
ഞാൻ എന്റെ മണ്ണിൽ ഉറച്ചുനില്ക്കുകയാണ്.
എന്റെ ശ്രദ്ധ ആത്മാർത്ഥതയിലാണ്,
മൗലികതയിൽ.

ഞാൻ മൗലികമായും ഞാനാണ്.
എനിക്കു തോന്നുന്നത്,
അതിനെ J-e-w-e-l എന്നെഴുതുകയാണെങ്കിൽ
"Cha-wal' എന്നുച്ചരിക്കണമെന്നാണ്;
Jewel എന്നല്ല.
എന്നെ സംബന്ധിച്ച് അത് തെറ്റായ ഉച്ചാരണമാണ്.
ഇന്നല്ലെങ്കിൽ നാളെ, നിങ്ങൾക്ക്
പുതിയൊരു ഇംഗ്ലീഷ് സൃഷ്ടിക്കേണ്ടിവരും
'ഓഷോ-ഇംഗ്ലീഷ്'പോലൊന്ന്
ഇന്ത്യൻ-ഇംഗ്ലീഷും അമേരിക്കൻ-ഇംഗ്ലീഷും
ഉണ്ടാവാമെങ്കിൽ,
എന്തുകൊണ്ട് ഓഷോ-ഇംഗ്ലീഷ് ആയിക്കൂടാ?
അതിന്റെ എല്ലാ അസംബന്ധങ്ങളേയും ചേർത്തുകൊണ്ട്.
ഞാനതിന്റെ ശിലാസ്ഥാപനം നടത്തുകയാണ്.
ഓം മണി പത്മേ ഹും.

ശിലാസ്ഥാപനം നടത്തുമ്പോൾ
അതു വളരെ പ്രാർത്ഥനാപൂർവ്വം ചെയ്യേണ്ടതുണ്ട്.

ഓം മണി പത്മേ ഹും.

എന്നോടൊപ്പം സന്തോഷവാനായിരിക്കൽ
പ്രയാസകരമാണ്.
ഞാൻ നിങ്ങളെ വിഡ്ഢിയെന്നുവിളിച്ചിട്ടും
നിങ്ങളെന്നോട് സ്നേഹം കാട്ടുന്നു.

The fool.... respectfool....
ഞാൻ നിങ്ങളെ വിഡ്ഢിയെന്നു
തന്നെ വിളിച്ചുകൊണ്ടിരിക്കും.
എന്തെന്നാൽ ഞാൻ ആ വിഡ്ഢിയെ
വകവരുത്താനാഗ്രഹിക്കുന്നു,
ആ വിഡ്ഢിയെ പൂർണമായും തകർത്തുകളയാൻ!
ഞാനാഗ്രഹിക്കുന്നത് വിഡ്ഢിയെക്കൂടാതെയുള്ള
നിങ്ങളെയാണ്.

ലോകത്തെല്ലായിടത്തുമുള്ള ആയിരക്കണക്കിന്
ഇന്ത്യക്കാരെ എനിക്കോർമ്മവരുന്നു,
fooljan എന്നു പേരുള്ളവർ.
Fool- ഫൂൽ - എന്നതിന് ഇന്ത്യൻഭാഷയിൽ
പുഷ്പം എന്നാണർത്ഥം.
ഇപ്പോൾ, ആളുകൾ ഇംഗ്ലീഷ് പഠിക്കാൻ തുടങ്ങിയപ്പോൾ
അവരുടെ പേരിന്റെ സ്പെല്ലിംഗ്

ശരിക്കും വേണ്ടതുപോലെയല്ല അവർ ഉച്ചരിക്കുന്നത്
അവർ മറ്റൊരു വഴി കണ്ടെത്തി.
അവരിപ്പോൾ എഴുതുന്നത് p-h-o-o-l എന്നാണ്
Phooljan.
എന്നാൽ എല്ലാവരും ചെയ്യുന്നത് അതുതന്നെയാണ്,
ഏതു വിധേനയും തന്നിലെ fool-നെ മറയ്ക്കുക.
പക്ഷേ നിങ്ങളത് എത്രകണ്ട് ഒളിപ്പിക്കുന്നുവോ,
നിങ്ങളത് എത്രകണ്ട് സംരക്ഷിക്കുന്നുവോ
അത്രകണ്ട് നിങ്ങളിലത് പ്രബലമായിരിക്കും.
നിങ്ങളത്, കാറ്റിനും നക്ഷത്രങ്ങൾക്കും
സൂര്യനും ചന്ദ്രനുമൊക്കെയായി തുറന്നിടുക.
അത് അപ്രത്യക്ഷമായിക്കൊള്ളും.
ഞാനതിനെ കൊന്നുകളയുവാൻ ആഗ്രഹിക്കുന്നു.
എന്നെങ്കിലും എന്തിനെയെങ്കിലും ഞാൻ വധിക്കാൻ
    ആഗ്രഹിക്കുന്നുവെങ്കിൽ
അത് വിഡ്ഢിയെയാണ്, മൂഢനെ.
വിഡ്ഢിയെന്നുവച്ചാൽ.... വിഡ്ഢിത്തത്തെ..
ഞാൻ പേടിച്ചിരുന്നത്... നിങ്ങൾ ചിന്തിച്ചാലോ
"ഒരു പുണ്യാത്മാവ്, എന്തിനെയെങ്കിലും കൊല്ലാൻ ശ്രമിക്കുക?"
ഇന്ത്യയിൽ, മഹാത്മാക്കൾ
കൊതുകിനെപ്പോലും കൊല്ലുകയില്ല.
മൂട്ടകളെപ്പോലും.
മൂട്ടകളേയും കൊതുകുകളേയും വിട്ടുകളയാം.
എന്നാൽ വിഡ്ഢികളെ വകവരുത്തേണ്ടതുതന്നെയുണ്ട്.
ഞാൻ അക്രമകാരിയല്ല, എന്നാൽ
മൂഢനോട് ഞാൻ അങ്ങനെയാണ്.
ഞാൻ വിഡ്ഢിയോട്, മൂഢനോട്
അത്യന്തം അക്രമിയാണ്.
ഞാനതിന്റെ തലയറുക്കാനാഗ്രഹിക്കുന്നു!
അതുകൊണ്ടാണ് പലപ്പോഴും, ഞാൻ
സ്വാഭാവികമായും തീർത്തും തെറ്റിദ്ധരിക്കപ്പെടുന്നത്,
മൂഢന്മാരാൽ.
ഞാൻ കരുതുന്നില്ല മറ്റൊരാളും
ഇത്രത്തോളം തെറ്റിദ്ധരിക്കപ്പെട്ടിട്ടുണ്ടാവുമെന്ന്.
ആ വിധം പരിഗണിച്ചാൽ ഞാൻ അനുഗൃഹീതനാണ്.
ഞാനാണ് ഏറ്റവും തെറ്റിദ്ധരിക്കപ്പെട്ട മനുഷ്യൻ!
പക്ഷേ, അതാരുടേയും കുഴപ്പമല്ല; അത്
എന്റെ തന്നെ ഒരു കൗശലമാണ്.

ഞാൻ വിഡ്ഢികളെ പ്രഹരിക്കുക
ശരിക്കും വേദനിച്ചു പുളയുന്നിടത്താണ്,
അവരുടെ നെറുകയിൽത്തന്നെ.
ഓർക്കുക, അവസാനംവരേക്കും
ഞാൻ എന്റെ ഫലിതത്തെ കൈവിടില്ല
അതിന്റെ punchline വരേയ്ക്കും.
വളരെ പുരാതനമായ ഒരു കഥയുണ്ട്
പ്രസിദ്ധമായ ഒരു സെൻ കഥ.
-സെന്നിലെ പത്തു കാളകൾ.
പത്തു ചിത്രങ്ങളുള്ള ഒരു പ്രായോഗിക കഥയാണത്.
ഓരോ ചിത്രവും
മനുഷ്യന്റെ പ്രജ്ഞയുടെ ഓരോ ഘട്ടമാണ്.
അവന്റെ പരിണാമതലങ്ങൾ.
ശരിക്കുമത് ഒമ്പതെണ്ണമേ ഉണ്ടായിരുന്നുള്ളൂ.
പത്താമത്തേത് എന്നെപ്പോലെ
ഭ്രാന്തനായൊരുവൻ കൂട്ടിച്ചേർത്തതാണ്.
ഏവരും അയാളെ എതിർത്തു,
എല്ലാവരും അയാളെ പുറംതള്ളി.
അയാൾക്ക് രാജ്യം വിട്ടുപോകേണ്ടിവന്നു.
അയാളാ ചിത്രം കൂട്ടിച്ചേർത്തു,
പത്താമത്തേതാണ് ഏറ്റവും മനോഹരമായിട്ടുള്ളത്,
പരമമായിട്ടുള്ളത്,
ഉച്ചസ്ഥായി.
ഒന്നാമത്തെ ചിത്രത്തിൽ
കാളയെ നഷ്ടപ്പെടുകയും യജമാനൻ അതിനുവേണ്ടി
        തെരയുന്നതുമാണ്.
രണ്ടാമത്തേതിൽ, അയാൾ എല്ലായിടത്തും
തെരഞ്ഞിട്ടും അതിനെ കണ്ടെത്താൻ കഴിയുന്നില്ല.
മൂന്നാമത്തേതിൽ, ദൂരെ, അങ്ങു ദൂരെ
അയാൾക്കൂഹിക്കാൻ കഴിയുന്നു,
"ഒരുപക്ഷേ അതാണെന്റെ കാള."
നാലാമത്തെ ചിത്രത്തിൽ, അയാൾ
ശരിക്കും തന്റെ കാളയെ കണ്ടെത്തുന്നു; എന്നാൽ
മുഴുവൻ കാളയേയുമല്ല, അതിന്റെ വാലറ്റത്തെ.
അഞ്ചാമത്തേതിൽ അയാൾ
കാളയെ മുഴുവനായും കാണുന്നു.
ആറാമത്തെ ചിത്രത്തിൽ,
അയാൾ കാളയുടെ വാലിൽ പിടിമുറുക്കുന്നു; പക്ഷേ
കാള കുതറിയോടുകയാണ്.

ഒരു കാളയെ നിങ്ങൾക്ക് അതിന്റെ
വാലിൽ പിടിച്ച് മെരുക്കാനാവില്ല.
ഏഴാമത്തേതിൽ, അയാൾ ഒരു പാഠം പഠിച്ചു;
അയാൾ കാളയുടെ കൊമ്പിൽ പിടിയിടുന്നു.
എട്ടാമത്തെ ചിത്രത്തിൽ, അയാൾ
കാളയുടെ പുറത്തു കയറിയിരുന്ന് സവാരി നടത്തുകയാണ്.
ഒമ്പതാമത്തെ ചിത്രത്തിൽ, അയാൾ
വീട്ടിൽ തിരിച്ചെത്തിയിരിക്കുന്നു.
ഒമ്പതാമത്തേതിൽ ചിത്രമൊന്നുമില്ല;
കാളയുമില്ല, യജമാനനുമില്ല.
പഴയ ഭാണ്ഡത്തിൽ അത്രയേയുണ്ടായിരുന്നുള്ളൂ.
എന്നെപ്പോലെ ഭ്രാന്തനായൊരുവൻ
ആ ഒമ്പതിനോട് പത്താമതൊരെണ്ണം കൂട്ടിച്ചേർത്തു.
പത്താമത്തേതിൽ, അയാളെ കാണപ്പെടുന്നത്
ഒരു ചന്തസ്ഥലത്താണ്;
കൈവശം ഒരു കുപ്പി വീഞ്ഞുമായി.
ഇന്ന്, ഒരൊറ്റ ബുദ്ധിസ്റ്റിനും പൊറുക്കാനാവില്ലത്.
'ആത്മീയൻ' എന്നു സ്വയം കരുതുന്ന ആർക്കുംതന്നെ
അയാൾക്കു മാപ്പുകൊടുക്കാനാവില്ല.

ആ ഭ്രാന്തനെ രാജ്യത്തുനിന്നു പുറത്താക്കി, എന്നാൽ
പത്താമത്തെ ആ ചിത്രം
അദ്ഭുതകരമായി സംരക്ഷിക്കപ്പെട്ടു.
എന്നെപ്പോലുള്ളവർ എന്തുചെയ്താലും...
നിങ്ങളവരെ പുറത്താക്കാം,
നിങ്ങളവരെ വകവരുത്തിയേക്കാം,
നിങ്ങളവരെ കുരിശിലേറ്റിയെന്നുവരാം, പക്ഷേ,
അവർ ചെയ്യുന്നതെന്തോ അതു
നിലനില്ക്കുകതന്നെ ചെയ്യുന്നു.
നിങ്ങൾക്കതിനെ നശിപ്പിക്കാനാവില്ല.
ആ മനുഷ്യൻ... ആരും അയാളുടെ
പേരുപോലുമോർക്കുന്നില്ല.
അയാളുടെ പേര് ഗ്രന്ഥങ്ങളിൽനിന്നുപോലും മായ്ക്കപ്പെട്ടു.
ആരുമറിയുന്നില്ല, അയാളാരായിരുന്നുവെന്ന്.
എന്നാൽ അയാൾ മനുഷ്യനു നല്കിയത്
വിലമതിക്കാനാവാത്ത സേവനമായിരുന്നു.
കുറേ വർഷത്തേക്ക്
അമേരിക്ക സന്ദർശിക്കാനുള്ള ക്ഷണം
ഞാൻ നിരസിച്ചിരിക്കുകയാണ്.

എന്റെ ഏറ്റവും ആദ്യത്തെ
പാശ്ചാത്യരായ ശിഷ്യർ അമേരിക്കക്കാരായിരുന്നു.
മുക്ത എന്നോട് അമേരിക്കയിലേക്കു വരാൻ
ആവശ്യപ്പെടുന്നുണ്ട്.
മുക്തയ്ക്കാണെങ്കിൽ എല്ലാ സൗകര്യങ്ങളും
തരപ്പെടുത്താനുമാവും; എന്തെന്നാൽ
അവൾ ഗ്രീക്കുലോകത്തെ ഏറ്റവും സമ്പന്നമായ
ഒരു കുടുംബത്തിലെയാണ്.

എന്നാൽ ഞാൻ പറഞ്ഞു,
"ഇല്ല, മുക്താ."
ഒരു ദിവസം
ഞാൻ എന്റെ മുറിയിലിരിക്കുമ്പോൾ
ഷീല ചിരിച്ചുകൊണ്ട്, ഒരു കുപ്പി ഷാംപെയ്ൻ
എനിക്കു നല്കി; ഞാനത് നിരസിക്കുമെന്ന് വിചാരിച്ച്.
അവൾക്കെന്നെ അറിയില്ലല്ലോ.
ഞാനത് വാങ്ങി ഒരു 'thank you' പറഞ്ഞു.
അവൾ അമ്പരന്നുപോയി.
വിവേക് ഉറക്കെ ചിരിച്ചു.
ബാക്കിയെല്ലാവരും ചിരിച്ചു,
ഞാനത് ഒരു ഗ്ലാസ്സിലേക്കൊഴിച്ച്
അകത്താക്കിയപ്പോൾ.
വിവേക് അതിന്റെ ഫോട്ടോയെടുത്തിരുന്നു.
അവരത് ഒളിച്ചുവെക്കുകയാണ്; എന്നാൽ,
ഞാനവരെ എങ്ങനെയെങ്കിലും അനുനയിപ്പിച്ച്
നിങ്ങൾക്കാ ചിത്രങ്ങൾ തരുവിക്കുന്നുണ്ട്.
എന്തെന്നാൽ, അവയാണ് 'പത്താമത്തെ കാളച്ചിത്രം'.

ഞാൻ ആ പത്താമത്തെ ചിത്രം
ഒരാളോടുതന്നെ ചേർക്കാൻ ആഗ്രഹിക്കുന്നു,
ഒരു കഥയോടല്ല,
ചിത്രങ്ങളുടെ ഒരു ഭാണ്ഡത്തോടല്ല.

കിഴക്കൻ ദേശത്ത്
സ്ത്രീകൾ മാത്രമേ വീഞ്ഞു വിളമ്പൂ.
ആശു, ഭയക്കേണ്ടതില്ല.
ഭയമൊഴികെ,
യാതൊന്നുംതന്നെ സ്ത്രീയുടെ ശത്രുവായിട്ടില്ല.
അവർ കീഴ്പ്പെടുന്നത്
അവരുടെ ഭയംകൊണ്ടാണ്.

അവർ, നൂറ്റാണ്ടുകളായി സന്നദ്ധരായിരുന്നു;
കീഴ്പ്പെടാനും അടിമകളാവാനും.
ഭയപ്പെട്ടേക്കരുത്.
ചുരുങ്ങിയപക്ഷം എന്നോടൊപ്പമായിരിക്കുമ്പോഴെങ്കിലും
ഭയപ്പെടാതിരിക്കുക,
എന്തെന്നാൽ ഭയരാഹിത്യമല്ലാതെ,
ഞാൻ മറ്റൊന്നുംതന്നെ പഠിപ്പിക്കുന്നില്ല.

ഞാൻ, സാധാരണമനുഷ്യനെ
അവന്റെ എല്ലാ അസാധാരണത്വത്തോടുംകൂടെ
തിരിച്ചുകൊണ്ടുവരാൻ ആഗ്രഹിക്കുന്നു.
സ്വാഭാവികമായും, ആദ്യം ഞാൻ തന്നെ
ആ സാധാരണക്കാരനാവേണ്ടതുണ്ട്;
ഞാൻ സാധാരണക്കാരൻ തന്നെയാണ്,
അത്യസാധാരണമായ സാധാരണക്കാരൻ-
ഒരു കുപ്പി വീഞ്ഞുമായി
ചന്തസ്ഥലത്ത് മത്തുപിടിച്ചാഘോഷിക്കുന്നവൻ,
ഷാംപെയ്ൻ പ്രതിനിധാനം ചെയ്യുന്നതിതിനെയാണ്.
ജീവിതം വീഞ്ഞല്ലാതെ മറ്റെന്താണ്,
ഇത്തരം ഉയരങ്ങളിലാകട്ടെ
എനിക്കറിയാം ഞാൻ കുടിച്ചുലക്കുകെട്ടവനാണെന്ന്.

സത്തോന്നതിയുടെ പാരമ്യങ്ങൾ
എനിക്കറിയാം,
മറ്റൊന്നിനും അതിനേക്കാൾ മുകളിലേക്കെത്താനാവില്ലെന്നും
-അത്രെയ്ക്കെനിക്കറിയാം.

ഓം മണി പത്മേ ഹൂം....

മരിക്കുന്ന സമയത്തും
അവസാന വാക്ക് ഞാനുച്ചരിക്കും.
മറ്റാർക്കുംതന്നെ എനിക്കുവേണ്ടി
അതുച്ചരിക്കാനാവില്ല; എനിക്കു പകരമായി
ആർക്കുംതന്നെ ഒരു മാർപാപ്പയാവാനാവില്ല.
ഞാൻ... മറ്റാരാലും പ്രതിനിധാനം ചെയ്യപ്പെടില്ല.

ഓം മണി പത്മേ ഹൂം...
രത്നവും താമരയും.

12

ഓം മണി പത്മേ ഹൂം...

ഈ മന്ത്രം
ഞാൻ നിറുത്താനാലോചിക്കുകയായിരുന്നു.
എന്നാൽ അതിന്റെ സൗന്ദര്യം...
അത്ര പെട്ടെന്നൊന്നും
അതിനു വിരാമമിടാനാവില്ല.
ഒരു കാരണം കൂടിയുണ്ട്.
ദേവഗീത്:
അത് നിങ്ങളുടെ ഉപബോധത്തെ
ഒന്നു കോറുക മാത്രമേ ചെയ്തിട്ടുള്ളൂ.
യഥാർത്ഥ കാമ്പിലേക്ക്
അത് തുളഞ്ഞുചെന്നിട്ടില്ല;
യഥാർത്ഥ കേന്ദ്രത്തിലേക്ക്.
അതിനാൽ എനിക്കു തുടർന്നേ പറ്റൂ.

ഓം മണി പത്മേ ഹൂം...

ഹിമാലയ ശിഖരങ്ങൾ
മഞ്ഞിൽ മൂടിക്കിടക്കുകയാണ്
സൂര്യനുദിക്കുകയും ചെയ്യുന്നു.
മഞ്ഞുകണങ്ങളിൽ പതിക്കുന്ന
ആദ്യകിരണങ്ങൾ
എണ്ണമറ്റ രത്നങ്ങളെ
സൃഷ്ടിക്കുന്നുണ്ട്...

അതാണ് 'മണി' എന്നതിന്റെ അർത്ഥം,
രത്നം.
രത്നം അനശ്വരതയുടെ പ്രതീകമാണ്.
എന്തൊരപൂർവ്വ പ്രതിഭാസമാണ്.
മഞ്ഞ്, ക്ഷണികമായിട്ടുള്ളത്-
ഒരു നിമിഷം ഇവിടെ,
അടുത്ത നിമിഷം ശൂന്യം-
ശാശ്വതമായതിനെ പ്രതിനിധാനം ചെയ്യുക!

തുഷാരബിന്ദുക്കൾ
സൂര്യോദയം
രത്നഖണ്ഡങ്ങൾ

നൈമിഷികതയിൽ പ്രതിബിംബിക്കുന്ന
അനശ്വര ചേതനയുടെ
ദിവ്യാദ്ഭുതങ്ങൾ,
നിഗൂഢ പ്രതിഭാസങ്ങൾ...

തടാകത്തിൽ ചന്ദ്രൻ പ്രതിബിംബിക്കുംപോലെ
നിസ്സാരങ്ങളായ ഓളങ്ങൾക്കുപോലും
അവയെ ശല്യപ്പെടുത്താനാവും;
തടാകത്തിലേക്ക് ചെറിയൊരു
വെള്ളാരങ്കല്ലെറിയുകയേ വേണ്ടൂ.
എന്നാൽ, അലോസരപ്പെടുമെങ്കിലും
അതിന്റെ സ്വച്ഛനിമിഷങ്ങളിൽ
അതീതത്തെ അതിനു പ്രതിബിംബിപ്പിക്കാനാവും.
ഞാനതിനെയാണ് ധ്യാനം എന്നു വിളിക്കുന്നത്.

മനസ്സിലെ പ്രശാന്തമായ ഒരു നിമിഷം—
എല്ലായ്പ്പോഴും കലഹിതമായതും
എന്നാൽ പ്രശാന്തമാവാൻ കെല്പുള്ളതും.
കലഹിക്കപ്പെടുകയെന്നതുതന്നെ
ശാന്തമായിരിക്കാനുള്ള
അതിന്റെ കഴിവിനുള്ള തെളിവാണ്-
അത് ഒരൊറ്റ നിമിഷത്തേക്കായാൽപോലും,
ഇവിടെ.
ഇപ്പോൾ - here and now.
സത്യത്തിൽ നാം ഉച്ചരിക്കേണ്ടത്
'ഇപ്പോഴിവിടെ'യെന്നാണ് - here now.

'and' വിട്ടുകളയേണ്ടതുണ്ട്-
യാഥാർത്ഥ്യത്തിൽ 'and' ആവശ്യമുള്ളതല്ല.
ഭാഷയിൽ അതിന്റെ ആവശ്യമുണ്ടായേക്കാം.
എന്നാൽ, ഞാനൊരു ഭാഷാകാരനല്ല.
ദൈവം തമ്പുരാനേ നന്ദി.
ദൈവമില്ലെങ്കിലും 'ദൈവമേ നന്ദി' എന്ന്
നമുക്കു പ്രയോഗിക്കാവുന്നതാണ്,
അതിനർത്ഥം
പ്രത്യേകിച്ചാരോടുമല്ലാത്ത 'നന്ദി'യെന്നാണ്.

മനസ്സ് 'ഇപ്പോഴിവിടെയായിരിക്കുമ്പോൾ....
അതിനെ കൈവശമാക്കുക!
herenow..... get it!

ഓം മണി പത്മേ ഹും.

നിങ്ങളപ്പോൾ
എല്ലാ വശങ്ങളിലും
എല്ലാ തലങ്ങളിലും
രത്നങ്ങളാൽ ആഭൂഷിതനാണ്.
താമരകളാലും.
'പത്മേ' എന്നതിന് അതാണർത്ഥം.

ഓം മണി - ആഹാ!
വൈരക്കല്ലുകൾ..
രത്നങ്ങൾ, നശിപ്പിക്കാനാവാത്ത
നമ്മുടെ ചേതനാംശമാണ്.
ഓം മണി പത്മേ ഹും,
'പത്മേ', താമര
നമ്മുടെ ക്ഷണികതയുടെ പരിവൃത്തമാണ്.
രത്നം നമ്മുടെ കേന്ദ്രമാണ്
താമര മാറ്റത്തിന്റെ ചുഴലിക്കാറ്റും.
നാം ആ ചുഴലിക്കാറ്റിന്റെ കേന്ദ്രമാണ്.

'ഹൂം...' എന്താണ്?
അത് ഊന്നിപ്പറച്ചിലല്ലാതെ മറ്റൊന്നുമല്ല.
അത് നിങ്ങൾ ഒരു പാറയിൽ
ചുറ്റിക വീഴിക്കുമ്പോൾ
'Hummm' എന്നു മൂളുന്നതുപോലെയാണ്.

ഹൂം ആതാണ്.
മിസ്റ്റിക്കുകൾക്ക് നിങ്ങളുടെ അബോധത്തിന്റെ
പാറയിൽ ശക്തമായി പ്രഹരിക്കേണ്ടതുണ്ട്...
....ഹൂം.....!

ഓം മണി പത്മേ ഹൂം....
എന്തു മനോഹരമായ ഒരു പ്രയോഗമാണ്;
രത്നവും താമരയും ഒരുമിച്ച്.
അവ സഹപ്രവർത്തകരല്ല;
രത്നം തീർത്തും
വ്യത്യസ്തമായ ഒരു ലോകത്താണ്
ജീവിക്കുന്നത്.
താമരയാകട്ടെ രത്നത്തെപ്പറ്റി
യാതൊന്നുമറിയുന്നില്ല.
എന്നാൽ ഋഷി അവരെ രണ്ടിനേയും
ഒന്നിലേക്കു കൊണ്ടുവന്നിരിക്കുന്നു.
ഋഷി ഒരു മാന്ത്രികനാണ്.
സാധാരണയായി ഒന്നിപ്പിക്കാനാവാത്തതിനെ
ഋഷി ഒന്നിപ്പിക്കുന്നു.
ഋഷിയുടെ മുഴുവൻ പ്രവർത്തനവും
ഏകോപിപ്പിക്കലാണ്,
ഈ മന്ത്രമാകട്ടെ ഏകതയുടെ പാരമ്യമാണ്...

മൃത്യുവിന്റേയും അമരത്വത്തിന്റേയും
ഇരുളിന്റേയും വെളിച്ചത്തിന്റേയും
മാറ്റത്തിന്റേയും മാറ്റമില്ലാത്തതിന്റേയും
ഓം മണി പത്മേ ഹും...

ഞാനത് ഏറെ ഇഷ്ടപ്പെടുന്നു;
അതുകൊണ്ടാണ് ഭാഷണങ്ങളുടെ
ഈ തുടർച്ച നിർത്തണമെന്നു
ഞാൻതന്നെ തീരുമാനിച്ചിട്ടും
എനിക്കത് തുടരേണ്ടിവരുന്നത്.

ഇന്ന് വളരെ അസാധാരണമായ
ഒരു കാര്യം സംഭവിക്കുന്നുണ്ട്.
എന്റെ വലതുകണ്ണ്,
ഒരു കണ്ണുനീർത്തുള്ളിയാൽ
നിറകൊള്ളുന്നു.

അത്, ദേവഗീത് ഈർഷ്യപ്പെടുന്നതുകൊണ്ടാണ്-
അബോധമനസ്സ്, അതാകട്ടെ
തീരെ ചെറിയ ഒരംശമേ പോറലേറ്റിട്ടുള്ളൂ.
എന്നിട്ടും പക്ഷേ,
അതെന്റെ വലതുകണ്ണിനെ ക്ലേശിപ്പിക്കുന്നു.
എന്റെ ഇടതുകണ്ണ്,
ഇത്തരം നിമിഷങ്ങളിൽ
കണ്ണുനീർ നിറഞ്ഞുനില്ക്കാറുള്ളത്,
പൂർണ്ണമായും ഒഴിഞ്ഞുകിടപ്പാണ്.
ഇങ്ങനെ സംഭവിക്കുന്നത് ആദ്യമായാണ്.
ആശു, നീ വിഷമിക്കേണ്ടിയിരിക്കുന്നു.
എന്റെ വലതുകണ്ണ് നിറഞ്ഞിരിക്കുന്നു.
ഞാൻ പക്ഷേ ശരിക്കും അർത്ഥമാക്കുന്നില്ല,
നീ വിഷമിക്കേണ്ടതുണ്ടെന്ന്...
വൈകാതെതന്നെ
എന്റെ ഇടതുകണ്ണും അതേപോലെയാകും.

ഉയർന്നുപൊങ്ങുകതന്നെ,
ഇടതുകണ്ണിലും നീർ നിറയും...
പാവം വലതുകണ്ണിലാകട്ടെ
മുഴുവനായും കണ്ണീരില്ല,
ചെറിയ ഒരു തുള്ളിമാത്രം, പക്ഷേ
അപൂർവ്വമാണ് അതുപോലും.

വീണ്ടും ജോനാതന്റെ ഓർമ്മ,
കടൽ റാഞ്ചി.
ഉയർന്നുപോവുക.
എന്റെ ഇടതുകണ്ണ്
കണ്ണുനീർകൊണ്ട് നിറയുന്നതുവരേക്കും
എനിക്ക് സംസാരിക്കാനാവില്ല.
ഉവ്വ്, കണ്ണുനീർ വരുന്നുണ്ട്.

കണ്ണീർക്കണങ്ങൾ മനോഹരങ്ങളാണ്...
കണ്ണീരും ചിരിയും,
ജീവിതത്തിൽ രണ്ടു കാര്യങ്ങളേ ഉള്ളൂ.

നൃത്തം ഉണ്ടായിവരുന്നു...
ജലാലുദ്ദീന്റെ നൃത്തം...

അൽ-ലാഹ്! അൽ-ലാഹ്! അൽ-ലാഹ്! എന്ന്
ഉച്ചത്തിൽ ഉദ്ഘോഷിച്ചുകൊണ്ട്
തുടർച്ചയായി മുപ്പത്തിയാറു മണിക്കൂർ നേരത്തെ നൃത്തം.

ആളുകൾ ആദ്യം അദ്ദേഹത്തിനു ചുറ്റും
തടിച്ചുകൂടിയെങ്കിലും,
പിന്നീടവർ പൊയ്ക്കളഞ്ഞു.
അദ്ദേഹത്തോടൊപ്പം
അവർക്ക് എത്രനേരം നില്ക്കാനാവും?

മുപ്പത്തിയാറു മണിക്കൂർ!
ശിഷ്യന്മാർപോലും തിരിച്ചുപോയി.
പാടില്ലാത്തതായിരുന്നു അത്
അദ്ദേഹമപ്പോൾ തനിച്ചായി, പക്ഷേ
അദ്ദേഹം തന്റെ നൃത്തം തുടർന്നു.

ഞാൻ തനിച്ചാവുമ്പോൾ,
ഞാനതാണ് ചെയ്യുന്നത്-
നൃത്തം ചെയ്യൽ, ഗാനമാലപിക്കൽ
ആരും തന്നെയില്ല...
ആരുമുണ്ടാകാനുമാവില്ല.
എല്ലാവരും തനിച്ചാണ് ജനിക്കുന്നത്,
തനിച്ച് ജീവിക്കുന്നു,
തനിച്ച് മരിച്ചുപോകുന്നു.

ഓം മണി പത്മേ ഹും...

ആശു, നിന്റെ കണ്ണുനീർ
എന്റെ ഇടതുകണ്ണിൽ
ഒരു സൂര്യോദയത്തെപ്പോലെ തെളിഞ്ഞുവരുന്നു.
ഇപ്പോൾ പക്ഷേ,
എന്റെ രണ്ടുവശത്തും പ്രത്യക്ഷപ്പെടുന്നുണ്ട്;
ഇടത്തും വലത്തും;
എനിക്കതിശയമാകുന്നു, എന്തെന്നാൽ
അതു പ്രത്യക്ഷപ്പെടാറുള്ളത്
ഇടതുഭാഗത്തു മാത്രമാണ്.

ആഹാ... ഓം മണി പത്മേ ഹൂം...
പുഷ്പങ്ങൾ വിടർന്നുവരുന്നു.

ഓം മണി പത്മേ ഹൂം.

എനിക്കിനി ഒട്ടും കാത്തിരിക്കാനാവില്ല.
എന്റെ മൂത്രാശയം നിറഞ്ഞിരിക്കുന്നു.

ഞാൻ ഒരുപാടൊരുപാട് കാത്തിരുന്നു.
ഞാൻ അത്തരം ഒരു തെമ്മാടിയാണ്,
എന്റെ ശവക്കുഴിയിൽപോലും
എന്തെങ്കിലും എന്റെ ഹിതത്തിനെതിരായി
നടക്കുകയാണെങ്കിൽ,
ഞാൻ എണീറ്റിരുന്ന് വിളിച്ചുപറയും,
"നിർത്തൂ! നേരാംവണ്ണം ചെയ്യൂ!
ഞാൻ ആഗ്രഹിച്ചപോലെത്തന്നെ,
അണുവിട മാറാതെ!"
എന്നോടൊപ്പം നിങ്ങൾക്ക് നിങ്ങളുടെ
വഴിക്കുപോകാനാവില്ല.
എന്റേതു മാത്രമാണ് ഒരേയൊരു വഴി,
'എന്നോടൊപ്പം' എന്നു പറയുകയാണെങ്കിൽ.

ഓം മണി പത്മേ ഹൂം...

13

ഓം മണി പത്മേ ഹും

സാധാരണയായി, ആളുകൾ
ധ്യാനത്തെ മനസ്സിലാക്കിയിരിക്കുന്നത്
ഏകാഗ്രതയെന്നാണ്.
അതല്ല, ധ്യാനം വിശ്രാന്തിയാണ്.
വിശ്രാന്തിയും ഏകാഗ്രതയും വിരുദ്ധങ്ങളാണ്.
എന്തു മനോഹരമാണിത്...
എനിക്കെന്റെ ഗീതമാലപിക്കാം.
ഞാനൊരു ഗായകനല്ല,
കവിയുമല്ല.
ചിത്രകാരനുമല്ല, എന്നാൽ
ഒരു പാട്ടു പാടാൻ
ഒരുവനൊരു കവിയാകേണ്ടതില്ല
ഒരു ചിത്രകാരനോ ഗായകനോ ആവേണ്ടതില്ല;
ഒരാൾക്ക് വെറുതെ
ഒരു പാട്ടു പാടാവുന്നതാണ്.
അതു പ്രവർത്തിക്കുന്നത്
സാധാരണതയിലാണ്.

ഇന്നു രാവിലെ ഞാൻ
സെന്നിലെ പത്തു കാളച്ചിത്രങ്ങളെപ്പറ്റി
സംസാരിക്കുകയായിരുന്നു.
ഒമ്പതാമതു ചിത്രം
ശൂന്യമായ ഒരു തോട്ടമാണ്.

എല്ലാ മതങ്ങളുടേയും പാരമ്യമാണത്.
കൃഷ്ണമൂർത്തിപോലും
ഒമ്പതാമത്തെ ചിത്രത്തിന്റേതാണ്.
അദ്ദേഹമങ്ങനെ ചിന്തിക്കുന്നോ
ഇല്ലയോ എന്നത് പ്രശ്നമല്ല.
പക്ഷേ അദ്ദേഹം ഒമ്പതാമതു ചിത്രത്തിന്റേതാണ്.

ഞാൻ അത്തരക്കാരുടെ
സുഹൃദ്വലയത്തിലായിരുന്നു-
കൃഷ്ണൻ, രമണമഹർഷി, ജെ. കൃഷ്ണമൂർത്തി;
ഇതിനേക്കാൾ പഴയവരുമുണ്ട്;
മഹാവീരൻ, മുഹമ്മദ്, മോസസ്-
അവരെല്ലാവരും
ഒമ്പതാമത്തെ ചിത്രത്തിലുൾപ്പെടുന്നവരാണ്.
തീർത്തും അസാധാരണമായവർ.
അസാധാരണത്വത്തിന്റെ സ്വാധീനശക്തി
വളരെ അസാധാരണമായിട്ടുള്ളതാണ്.
അതിൽനിന്നും വിട്ടുപോരികയെന്നുള്ളതാണ്
അസ്തിത്വത്തിലെ അവസാനകാര്യം.
അതാണ് പത്താമതു ചിത്രം.

ഒന്നുമില്ലായ്മയിൽനിന്നും
നിങ്ങൾ പുറത്തുവരുമ്പോൾ,
സാധാരണത്വത്തിന്റെ ലോകത്തിലേക്ക്
നിങ്ങൾ മടങ്ങിവരുമ്പോൾ,
മനോഹരമാണത്.
പിന്നെ, സാധാരണമായിട്ടുള്ളതൊന്നും
സാധാരണമല്ല. നിസ്സാരമായതൊക്കെയും
പവിത്രമായിത്തീർന്നിരിക്കുന്നു.

ഓം മണി പത്മേ ഹൂം...
ഈ മന്ത്രത്തിൽ
രണ്ടും ഉൾച്ചേർന്നിരിക്കുന്നു.
ഓം അതിനപ്പുറമുള്ളതാണ്.
ഹൂം ആകട്ടെ പ്രകടനാതീതവും.
ഹൂം ഉപയോഗിക്കുന്നത് തൊഴിലാളികളാണ്;
ഓം ഉപയോഗിക്കുന്നത് മഹാത്മാക്കളും.
ഓം മണി പത്മേ ഹൂം
രണ്ടിനേയും കൈചേർക്കുന്നതാണ്;

ഓം... ഹൂം... ആയി മാറുന്നു
ഹൂം... ഓം.. ആയി മാറുന്നു.
എത്ര സാന്ദ്രമായ ഒരു സംശ്ലേഷണമാണിത്.

വജ്രമാണ് ഏറ്റവും കഠിനമായത്,
ഏറ്റവും പൗരുഷമാർന്നത്-
മാവോ സേ തുങ്ങ്, ജോസഫ് സ്റ്റാലിൻ.
അത്ഭുതംതന്നെ, സ്റ്റാലിനെന്നാൽ സ്റ്റീൽ-ഉരുക്ക് എന്നാണർത്ഥം.
വജ്രം അതിനെ സൂചിപ്പിക്കുന്നതാണ്.
എല്ലാ ഉരുക്കുകളുടേയും ഉരുക്ക്.

താമരയാകട്ടെ, ഏറ്റവും മൃദുവായത്
ഏറ്റവും ദുർബലമായത്.
ഒരു താമരയേക്കാൾ ദുർബ്ബലമായിട്ടുള്ള
എന്തിനെയെങ്കിലും
നിങ്ങൾക്കു സങ്കല്പിക്കാനാവില്ല.
ഏറ്റവും കാഠിന്യമേറിയതും
ഏറ്റവും മൃദുലമായതും
താമര പ്രതിനിധാനം ചെയ്യുന്നത്
സ്ത്രൈണമായിട്ടുള്ളതിനെയാണ്.
സ്ത്രൈണം എല്ലായ്പ്പോഴും കേന്ദ്രീകൃതമാണ്,
എല്ലാവരുടേയും കേന്ദ്രം.
വജ്രമാകട്ടെ പരിവൃത്തിയും.
അതിന്റെ കാഠിന്യം
കാവലിനുള്ളതാണ്, സംരക്ഷിക്കാനുള്ളത്-
ഒരു സുരക്ഷാ സംവിധാനം.
ഭദ്രത.
എങ്ങനെയായിരുന്നാലും
സ്ത്രൈണം കേന്ദ്രത്തിലാണ്,
സംരക്ഷണം ആവശ്യമില്ലാത്തത്ര അകക്കാമ്പിൽ;
ഒരുവന് സ്നേഹത്തിൽ വിടർന്നുവിരിയാനാവുന്നിടത്ത്,
ഒരുവന് പരിപൂർണവിശ്വാസമാകാവുന്നിടത്ത്,
വിശ്വാസം, ശ്രദ്ധ എന്നത് സരളവും
സ്വാഭാവികമായിരിക്കുന്നേടത്ത്;
തട്ടിക്കൂട്ടിയതോ, മെനഞ്ഞുണ്ടാക്കിയതോ അല്ല...
തീർത്തും സരളവും അനായാസവുമായിരിക്കുന്നത്...

ഈ മന്ത്രം രണ്ടിനേയും കോർത്തിണക്കുന്നു,
ഏറ്റവും ഔന്നത്യമാർന്ന ഓം-നേയും
ഏറ്റവും താഴ്മയിലുള്ള ഹൂം.. നേയും.

ഏറ്റവും കഠിനമായിട്ടുള്ള വജ്രത്തേയും
ഏറ്റവും മൃദുലമായിട്ടുള്ള താമരയേയും
ഈ രണ്ടിന്റേയും സമഗ്രതയാണ്
അസ്തിത്വത്തിന്റേത്
ഇവിടെ
ഇപ്പോൾ.
അത് ഇവിടെയിപ്പോൾ,
വർത്തമാനമായിരിക്കുന്ന,
എനിക്കകത്തെ ഉൺമയാണ്.
എന്റെ നിശ്ശബ്ദതയിലതു സന്നിഹിതമാണ്
ആ നിശ്ശബ്ദതയിൽനിന്നും
നുരഞ്ഞുവരുന്ന വാക്കുകളിലും

നൂറുകണക്കിനു മന്ത്രങ്ങളെ ഞാൻ അനുഭവിച്ചിട്ടുണ്ട്.
എന്നാൽ ഈ മന്ത്രത്തോട് (ഓം മണി പത്മേ ഹൂം)
യാതൊന്നിനേയും താരതമ്യപ്പെടുത്താനാവില്ല.

വാക്കുകളിൽ നിന്നുപോലും, അല്ലെങ്കിൽ
വെറും ശബ്ദങ്ങളിൽനിന്നുപോലും...
എന്തു തീവ്രമാണവ! എന്തൊരു അഗ്നിയാണതിൽ!
എന്തു പവിത്രമായ ജ്വാലകൾ!

അത് സാധാരണമായ അഗ്നിയല്ല
അത് പാവനമായ ജ്വാലാഗ്നിയാണ്,
പരിപൂർണമായും ദഹിപ്പിക്കുന്നത്
യാതൊന്നിനേയും ബാക്കിയിടാത്തത്...
എന്നിട്ടും പക്ഷേ, നിങ്ങളതിൽനിന്നും
പുനർജ്ജനിക്കുകയാണ്.

ഇതുമൊരു നിഗൂഢതയാണ്,
പുരാണങ്ങളിലെ ഫീനിക്സ് പക്ഷിയുടെ കഥപോലെ-
സ്വയം മരണത്തിലേക്കു ചാമ്പലാകുകയും
അതിൽനിന്നും പിന്നെയും പിന്നെയും
അനശ്വരമായി പുനർജ്ജനിക്കുകയും ചെയ്യുന്ന
ഒരു പക്ഷി.

അത് വെറുമൊരു മിത്തല്ല.
ഒറ്റ മിത്തും വെറും മിത്തല്ല;
സത്യത്തിന്റേതായ എന്തെങ്കിലുമൊക്കെ
അതിലൂടെ സംവഹിക്കപ്പെടുന്നുണ്ട്.

തലമുറകളായി ഈ മന്ത്രം നിലനില്ക്കുന്നുണ്ട്,
ഞാനതിലേക്കു വീണ്ടും വീണ്ടും കടന്നുവന്നിട്ടുമുണ്ട്.
ആശു ചിരിക്കുന്നത് ഞാൻ കാണുന്നു.
അവൾ വിചാരിക്കുന്നുണ്ടാകും,
"ഈ മനുഷ്യനു ശരിക്കും വട്ടാണ്.
ഈ മന്ത്രത്തിലേക്കുതന്നെ
വീണ്ടും വീണ്ടും വരികയെന്നാൽ
ശരിക്കും വട്ടുതന്നെയാകണം."

നിങ്ങൾക്കയാളുടെ മന്ത്രത്തെ മുക്കിത്താഴ്ത്താനാവില്ല;
അയാളെ മുക്കിത്താഴ്ത്തുക അസാധ്യമാണ്,
അതിനാൽ മന്ത്രം മുഴങ്ങിക്കൊണ്ടേയിരിക്കുന്നു...

ഓം മണി പത്മേ ഹൂം...

ഒരു കുഞ്ഞു പിറന്നുവീഴുമ്പോൾ
തിബത്തിലുള്ളവർ ആലപിക്കുക ഈ മന്ത്രമാണ്..
കൃത്യമായി പറഞ്ഞാൽ, ജനിക്കുമ്പോഴല്ല,
ഒരു കുഞ്ഞിനെ ഗർഭം ധരിക്കുമ്പോൾ
എങ്ങനെയാണതു സാധിക്കുക?
അതിന്റെ രീതിയിതാണ് -
നിങ്ങൾ ഇണചേരുമ്പോൾ
ഈ മന്ത്രം ജപിച്ചുകൊണ്ടേയിരിക്കുക,
കുഞ്ഞ് ഗർഭം ധരിക്കപ്പെടുമ്പോൾ,
തുടക്കം മുതൽക്കേ
'ഓം മണി പത്മേ ഹൂം' ഉണ്ടായിരിക്കും.

ഒമ്പതുമാസക്കാലം, അമ്മ
കഴിയുമ്പോഴൊക്കെയും ഈ മന്ത്രം
ജപിച്ചുകൊണ്ടിരിക്കും.
കുഞ്ഞ് ജനിക്കുമ്പോൾ, അച്ഛൻ
ഈ മന്ത്രം ജപിച്ചുതുടങ്ങും.
ലാമ ഈ മന്ത്രം ചൊല്ലാൻ തുടങ്ങും.
Priest എന്നത് ഒരു മോശം പരിഭാഷയാണ്.
ഇംഗ്ലീഷിൽ പക്ഷേ ലാമ എന്നതിന്
Priest എന്നു മാത്രമാണ് വാക്ക്-
അതു പക്ഷേ എന്റെ കുഴപ്പമല്ല
ഒരു ലാമ വെറുമൊരു Priest അല്ല,
അയാളൊരു പ്രവാചകനുമാണ്.

കുഞ്ഞിനെ പ്രസവിക്കുന്ന നേരത്ത്
അയാൾ വരുന്നു-
ഒരു ഡോക്ടറല്ല, ഒരു ഋഷി-
അയാൾ തുടർച്ചയായി ഈ മന്ത്രം
ആലപിച്ചുകൊണ്ടിരിക്കും.

കുഞ്ഞിന്റെ ശിരസ്സ് പുറത്തേക്കുവരുമ്പോൾ
അയാൾ മന്ത്രം ജപിച്ചുകൊണ്ടിരിക്കുകയാണ്.
കുഞ്ഞ് മുഴുവനായും പുറത്തുകടക്കുമ്പോൾ,
അവൻ പിറന്നുവീഴുന്നത്
ഈ മന്ത്രധ്വനികളിലേക്കായിരിക്കും -
ഓം മണി പത്മേ ഹൂം

ഒരുവൻ പ്രണയത്തിൽ വീണ്
വിവാഹിതനാകുമ്പോഴും
ഇതുതന്നെയാണു സംഭവിക്കുന്നത്.
ലാമ, രണ്ടാളുകളെ കല്യാണം കഴിപ്പിക്കുന്ന
വെറുമൊരു പാതിരിയല്ല.
ലാമ, രണ്ടാളുകളെ അഗാധമായ
പ്രണയത്തിലേക്കു നയിക്കുന്ന
ഒരു ഋഷിയാണ്.
അദ്ദേഹം മന്ത്രമാലപിക്കുന്നു.

ഓം മണി പത്മേ ഹൂം.

അത്, നിങ്ങൾ വിവാഹമെന്നു വിളിക്കുന്ന ഒരു ചടങ്ങല്ല;
അതൊരു ബാന്ധവമല്ല.
മനോഹരമാണത്.
അതുകൊണ്ടുതന്നെ തിബത്തിൽ
അവർ ഒരിക്കലും വിവാഹമോചനത്തെപ്പറ്റി കേട്ടിട്ടില്ല.
നിങ്ങൾക്കദ്ഭുതം തോന്നും, ഇപ്പോൾ
ഈയടുത്തകാലത്ത് അവർ അതെപ്പറ്റി
കേൾക്കാൻ തുടങ്ങിയിരിക്കുന്നു.
അതിനുമുമ്പ്, നൂറ്റാണ്ടുകളായി
അവരുടെ ആളുകൾ പ്രണയത്തിൽ
ഒന്നുചേർന്നവരായിരുന്നു.
വിവാഹമോചനമെന്ന സങ്കല്പംതന്നെ
അവർക്കജ്ഞാതമായിരുന്നു.
വീണ്ടും അതേ മന്ത്രം ആവർത്തിക്കപ്പെടുന്നു.
ഒരാൾ മരണപ്പെടുമ്പോൾ.

ലാമയത് ആവർത്തിക്കുന്നു,
അവിടെ സന്നിഹിതരായിട്ടുള്ള മറ്റുള്ളവരും.
മരണപ്പെടുന്ന മനുഷ്യൻ
ഓം മണി പദ്മേ ഹും എന്ന
സമുദ്രത്തിലാണിപ്പോൾ.

തുടക്കം മുതൽ ഒടുക്കംവരെ
ഈ മന്ത്രം ഒരു രഹസ്യമായി നിലകൊള്ളുന്നു;
മനുഷ്യജീവിതത്തിന്റെ അന്തർധാരയായി.

ചിരിച്ചേക്കരുത്,
മനസ്സിലാക്കാൻ ശ്രമിക്കൂ, അതിലുമുപരി
അനുഭവിക്കാൻ ശ്രമിക്കൂ.
ഒരുപക്ഷേ, അതുകൊണ്ടാണ്, ഞാൻ
അതു തുടർന്നുപോയത്.
എന്റെ തെളിഞ്ഞ നിമിഷങ്ങളിൽ
ഞാനിത് അവസാനിപ്പിക്കാൻ പോവുകയായിരുന്നു.
എന്നാൽ, എന്റെ ഉന്മാദത്തിൽ വിശ്വാസമർപ്പിക്കുക.
കൂടുതൽ ഉന്മാദിയാകുന്തോറും, ഞാൻ
സത്യത്തോട് കൂടുതൽ സമീപസ്ഥനായിരിക്കുന്നു.

ഓം മണി പദ്മേ ഹൂം...

സെന്നിലെ ഒൻപതാമതു ചിത്രം
ഞാൻ ഉപേക്ഷിച്ചിരിക്കുന്നു.
എന്തെന്നാൽ, മോസസ്, രാമകൃഷ്ണൻ, മുഹമ്മദ്,
മഹാവീരൻ, കൃഷ്ണമൂർത്തി തുടങ്ങിയവരുടെ
സൗഹൃദവലയങ്ങൾ എനിക്കു മടുത്തു.
അവർ നല്ല സഖാക്കളാണ്, പക്ഷേ
നല്ല സൗഹൃദങ്ങളും കുറച്ചുകഴിഞ്ഞാൽ
മടുപ്പിച്ചുകളയും.
ഒരു നല്ല സൗഹൃദം, വെറും നല്ല സൗഹൃദം
രുചിയില്ലാത്തതായിത്തീരുന്നു.
ഞാനതിൽനിന്നും വിട്ടുപോയിരിക്കുന്നു.
ഞാനതിനെ മറികടന്ന്,
ഒരു നിഷേധിയായി മാറിയിരിക്കുന്നു:
സെന്നിലെ പത്താമത്തെ കാള
പത്താമത്തേതിൽ പ്രവേശിച്ച്, ഞാൻ
അറിയേണ്ടതെല്ലാം അറിഞ്ഞിരിക്കുന്നു.

അതേസമയം, ഒമ്പതിലെ സാധുക്കൾ
ഇപ്പോഴും കളിക്കോപ്പുകളുമായി
കളിച്ചുകൊണ്ടിരിക്കുകയാണ്.
..... ആത്മീയതയുടെ കളിക്കോപ്പുകൾ, പക്ഷേ
കളിക്കോപ്പുകൾ കളിക്കോപ്പുകൾ മാത്രമാണ്.
പത്താമത്തേതിൽ മാത്രമേ
നിങ്ങൾ അതീതനാകുന്നുള്ളൂ
അതാകട്ടെ
നിങ്ങൾക്കകത്ത്
പ്രതിധ്വനിച്ചുകൊണ്ടേയിരിക്കുകയാണ്
ആ മന്ത്രത്തിന്റെ
ശബ്ദമില്ലാ ശബ്ദത്തോടെ

ഓം മണി പത്മേ ഹൂം....

ഈ ശ്രേണിയിലെ അവസാനഭാഷണമാകുമിത്. ■

For More Information

Thanks for buying this OSHO book.

You can find more OSHO unique in multiple languages and formats at the following websites online:

The official website of OSHO International is www.osho.com

You can search the open access OSHO library for your favourite topics at www.osho.com/library

A complete presentation of all the OSHO meditations and related music can be found at www.osho.com/meditation

To plan a visit to OSHO International Meditation Resort you can visit www.osho.com/Meditationsresort

Latest update about events, festivals, media releases and quotes are updated daily on www.facebook.com/osho.international

All latest happenings, including information about the OSHO multiversity courses, are updated daily on www.facebook.com/osho.internationa.meditation.resort

You can wake up to a daily OSHO quote at www.twitter.com/oshotimes

Your instant access to OSHO video channel can be found on www.youtube.com/OSHOinternational

To make OSHO available in your local language you can register and transcribe or translate OSHO Talks at www.oshotalks.info

Please take a moment to register and browse these sites as they provide much more information about OSHO. You may also discover many fun and exciting ways to get involved in making OSHO available around the world.

Happy reading.

ഓഷോ

ഏതെങ്കിലും ഒരു വിഭാഗത്തിൽപ്പെടുത്താനാവാത്തവിധം അതീതനായി നിലകൊള്ളുകയാണ് ഓഷോ, എല്ലായ്പ്പോഴും. അസ്തിത്വത്തിന്റെ അർഥം തേടിയുള്ള തീർത്തും വ്യക്തിപരമായുള്ള അന്വേഷണ ത്വര മുതൽ സമൂഹത്തിന്റെ സമകാലികമായ രാഷ്ട്രീയ പ്രശ്നങ്ങളെ വരേയ്ക്കും പ്രതിഫലിപ്പിച്ചുകൊണ്ട്. മുപ്പത്തിയഞ്ചുവർഷങ്ങളോളമായി സമാഹരിക്കപ്പെട്ടിട്ടുള്ള ഓഷോ - പ്രഭാഷണങ്ങളാണ് അറുനൂറ്റിയമ്പതിൽപ്പരം പുസ്തകങ്ങളായി പുറത്തുവന്നിട്ടുള്ളത്. സോർബയും ബുദ്ധനും (Zorba the Budha) ചേർന്നുനിൽക്കുന്ന ഒരു പുതിയ മനുഷ്യന്റെ - ഭൂമിയുടെ ആഴങ്ങളിൽ പദമൂന്നിയിട്ടുള്ളവനും അനന്താകാശങ്ങളിലെ നക്ഷത്രങ്ങളെ കരഗതമാക്കിയവനുമായ ഒരു പുതിയ മനുഷ്യൻ - ആവിർഭാവമാണ് തന്റെ ലക്ഷ്യമെന്നു വ്യക്തമാക്കിയിട്ടുള്ള ഓഷോയുടെ ഉൾക്കാഴ്ചകൾ കിഴക്കിന്റെ അനാദിയായ അറിവുകളേയും പടിഞ്ഞാറിന്റെ ശാസ്ത്ര സങ്കേതങ്ങളേയും ഒരേപോലെ സമ്മേളിപ്പിക്കുന്നവയാണ്.

ആത്മീയാന്വേഷണ ശാസ്ത്രങ്ങളിലെ വിപ്ലവാത്മക ചുവടുവെപ്പുകൾക്ക് പര്യായമായി നിലകൊള്ളുകയാണ് ഓഷോ എന്ന പേര്. ഒളിച്ചോട്ടങ്ങളില്ലാതെ ആധുനിക മനുഷ്യന്റെ സംഭ്രാന്ത ജീവിതത്തെ സധൈര്യം അഭിമുഖീകരിക്കാൻ സ്നേഹപൂർവ്വം ക്ഷണിച്ചുകൊണ്ട്. ഒളിച്ചോടേണ്ടത് ജീവിതത്തിൽ നിന്നല്ല; ജീവിതത്തിലേക്കാണെന്ന് നിരന്തരം ഓർമ്മപ്പെടുത്തിക്കൊണ്ട്.

www.ingramcontent.com/pod-product-compliance
Lightning Source LLC
LaVergne TN
LVHW041853070526
838199LV00045BB/1574
9789380884837